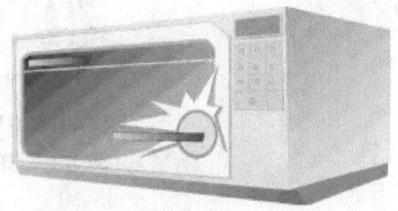

स्वयंपाकघरातील नवा मित्र
मायक्रोवेव्ह ओव्हन

राजश्री नवरे

मेहता पब्लिशिंग हाऊस

SWAYAMPAK GHARATIL NAVA MITRA : MICROWAVE OVEN
by RAJASHREE NAWARE

स्वयंपाकघरातील नवा मित्र : मायक्रोवेव्ह ओव्हन : राजश्री नवरे / पाकशास्त्र

Email :
author@mehtapublishinghouse.com

© राजश्री नवरे

प्रकाशक
सुनील अनिल मेहता,
मेहता पब्लिशिंग हाऊस,
१९४१, सदाशिव पेठ, माडीवाले कॉलनी,
पुणे - ४११०३०.

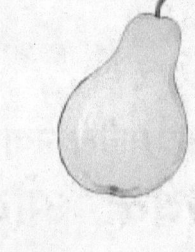

मुखपृष्ठ : चंद्रमोहन कुलकर्णी

प्रकाशनकाल
नोव्हेंबर, २००१ / ऑगस्ट, २००३ /
जानेवारी, २००५ / फेब्रुवारी, २००६ /
एप्रिल, २००७ / जून, २००८ /
नोव्हेंबर, २००९ / मार्च, २०११ /
ऑगस्ट, २०१२ / मार्च, २०१४
पुनर्मुद्रण : मे, २०१७

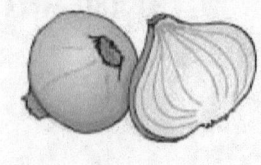

P Book ISBN 9788177662580
E Book ISBN 9789353172350
E Books available on :
play.google.com/store/books
www.amazon.in

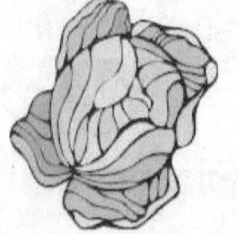

माझ्या स्वयंपाक करण्याच्या आवडीला कारणीभूत
असणारी एक परिपूर्ण अन्नपूर्णा – माझी आई
श्रीमती मंगला बर्वे व त्या आवडीला प्रोत्साहन
देणारे तीन अव्वल खवय्ये – माझे वडील
कै. अच्युत बर्वे, माझे यजमान श्री. अमुल नवरे व
माझा मुलगा चि. ओजस
या सर्वांना सप्रेम भेट

All rights reserved along with e-books & layout. No part of this publication may be reproduced, stored in a retrieval system or transmitted, in any form or by any means, without the prior written consent of the Publisher and the licence holder. Please contact us at **Mehta Publishing House,** Pune 411030.

✆ +91 020-24476924 / 24460313

Email : production@mehtapublishinghouse.com

Website : www.mehtapublishinghouse.com

◆ या पुस्तकातील लेखकाची मते, घटना, वर्णने ही त्या लेखकाची असून त्याच्याशी प्रकाशक सहमत असतीलच असे नाही.

मनोगत

'मायक्रोवेव्ह कुकिंग'च्या रंगतदार व चमचमीत दुनियेत तुम्हा सर्वांना नेताना मला खूप आनंद होत आहे; परंतु तितकेच दडपणसुद्धा आले आहे!

दडपण येण्याचे कारण म्हणजे सिद्धहस्त पाकक्रिया लेखिका मंगला बर्वे ही माझी आई असल्यामुळे व जरी हे पुस्तक तिच्या आशीर्वादानेच लिहीत असले तरी, तिच्या पायरीपर्यंत पोहोचण्यासाठी जो अतोनात परिश्रमाचा कठोर मार्ग मला अनुसरावा लागला आहे, त्याने माझी दमछाक झाली आहे. मला स्वयंपाकाची पहिल्यापासूनच आवड होती. त्यात घरात नेहमी आईच्या प्रोत्साहनाने व वडिलांच्या खवय्येपणामुळे ही आवड जोपासली गेली. लग्नानंतर यजमानांच्या परदेशातील नोकरीमुळे, तेथील वास्तव्यात मायक्रोवेव्ह ओव्हनशी संबंध आला व स्वयंपाक करण्याच्या एका वेगळ्याच दुनियेत प्रवेश झाला.

मायक्रोवेव्ह कुकिंगचा मला अनुषंगानेच अनुभव आहे व त्या अनुषंगानेच हे पुस्तक मी लिहिले आहे. त्यात मी स्वत: केलेल्या अनेक पाककृती, मी वेगवेगळ्या देशात फिरले असताना तेथील मैत्रिणींच्या पाककृती, अशा विविध डिशेस् द्यायचा प्रयत्न केला आहे. आपल्या नेहमीच्याच मराठी डिशेस् व काही बेसिक प्रकार (साधा भात, पापड भाजणे, चहा...) मुद्दाम दिले आहेत. यामुळे मायक्रोवेव्ह कुकिंग म्हणजे 'हाय-फाय' पदार्थ, हा भ्रम अथवा भीती दूर व्हावी ही इच्छा. मायक्रोवेव्ह ओव्हनमध्ये स्वत:च्या अनुभवानंतर आपापल्या आवडीनुसार खूप विविधता (variation) आणता येतात. त्यामुळे हे पुस्तक परिपूर्ण आहे, असा मी अजिबात दावा करत नाही; परंतु नुकताच मायक्रोवेव्ह ओव्हन ज्यांनी घेतला आहे किंवा जे घ्यायचा विचार करत आहेत, त्यांना 'प्रथम पायरी' (stepping stone) म्हणून या पुस्तकाचा नक्कीच उपयोग होईल, अशी खात्री आहे.

हे पुस्तक लिहिताना, काही शास्त्रीय नावांमुळे पाककृती अथवा वर्णनात बोजडता येऊ लागली, त्यामुळे नाइलाजाने थोड्या ठिकाणी जे आपण नेहमी वापरतो ते इंग्रजी शब्द अथवा वाक्ये तशीच ठेवली आहेत. यामागे पुस्तकाची

उपयुक्तता वाढावी हाच उद्देश आहे. पुस्तकाच्या सुरुवातीस, काही उपयुक्त माहिती बऱ्याच प्रयत्नांनी एकत्र करून दिली आहे. ती जरूर डोळ्यांखालून घालावी. तुम्ही जेव्हा मायक्रोवेव्ह ओव्हन घ्याल, तेव्हा त्याच्याबरोबर तो ओव्हन कसा वापरावा, याबद्दल पुस्तक येईलच. ते प्रमाण मानावे, कारण बाजारात (विशेषत: परदेशात) इतके वेगवेगळे ब्रँड्स अन् मॉडेल्स आहेत, की सर्वांची माहिती देण्याचा प्रयत्न करणे अशक्य व अनावश्यक आहे. जी माहिती दिली आहे, ती संपूर्ण (exhaustive), परिपूर्ण नसली तरी, मायक्रोवेव्ह ओव्हनचा उपयोग सुरू करण्यास पुरेशी आहे, अशी आशा करते.

हे पुस्तक तुम्हा सर्व बंधू-भगिनींना (होय बंधूंनासुद्धा! कारण माझे यजमान व त्यांच्या मित्रपरिवाराच्या अनुभवांवरून मी सांगू शकते, की पुरुषांनासुद्धा मायक्रोवेव्ह ओव्हनमध्ये स्वयंपाक करणे खूप सोपे व सोईस्कर वाटते.) उपयोगी पडेल, अशी आशा करते. कोणाच्या काही सूचना अथवा शंका असतील, तर मला जरूर कळवावे.

माझे मेव्हणे श्री. अजित कुरणे व माझी मोठी बहीण सौ. वंदना कुरणे, माझे यजमान श्री. अमुल नवरे व आमचे स्नेही श्री. प्रकाश दाते व सौ. मेधा दाते, श्री. श्रीकांत करकरे व सौ. माणिक करकरे यांनी या पुस्तकासाठी तयार केलेला सर्व मजकूर काळजीपूर्वक वाचून काढला व अनेक बारीकसारीक सुधारणा सुचवल्या. या सर्वांचे आभार कसे मानावेत, हेच मला समजत नाही.

'मेहता पब्लिशिंग हाऊस'चे श्री. सुनील मेहता यांनी मला संधी दिल्याबद्दल मी त्यांची अत्यंत ऋणी आहे .

आठव्या आवृत्तीच्या निमित्ताने

दहा वर्षांत या पुस्तकाची आठवी आवृत्ती प्रकाशित होत असल्यामुळे मला अत्यंत समाधान व आनंद होत आहे.

गेल्या दहा वर्षांत या पुस्तकाच्या निमित्ताने व मायक्रोवेव्ह कुकिंगच्या डेमोंस्ट्रेशन्समुळे अनेक गृहिणींशी संपर्क आला. दूरच्या शहरांतील गृहिणींनी पत्राद्वारे, फोनवरून अतिशय उत्साहाने शंकानिरसन करून घेतले. यावरून मायक्रोवेव्ह किती गावोगावी पोहोचत आहे, याची प्रचीती येते.

या प्रतिसादामुळे किती आनंद होतो हे वर्णन करून सांगता येणार नाही. तुम्हा सर्वांचा लोभ, पाठिंबा मला असाच उदंड मिळावा, ही परमेश्वराजवळ प्रार्थना!

श्री. सुनील मेहता, तसेच त्यांच्या सर्व कर्मचारीवर्गाची मी अत्यंत आभारी आहे.

— सौ. राजश्री नवरे

प्रास्ताविक

माझ्या अनुभवांनुसार व इतर अनुभवी मैत्रिणींच्या काही सूचनां प्रमाणे मायक्रोवेव्ह कुकिंगबद्दल काही उपयुक्त माहिती मी इथे देण्याचा प्रयत्न करत आहे. तसेच अनेक उत्पादकांच्या माहितीपत्रकानुसार थोडी शास्त्रीय माहिती पण देत आहे, त्याचा तुम्हाला फायदा होईल, अशी आशा करते. परंतु 'मनोगतात' म्हटल्या प्रमाणे, बाजारात इतके प्रकार (Makes + Brands) उपलब्ध आहेत, की कोणी एक मॉडेल प्रमाण मानून त्याप्रमाणे रेसिपी बनविणे शक्य नाहीये; म्हणून आपण जे मॉडेल घ्याल, त्याच्या इन्स्ट्रक्शन्स मॅन्युअल (Instructions Manual) च्या सूचनेनुसार या पुस्तकातील पाककृती बनवाव्यात. काही प्रगतशील (Advanced) मॉडेल्समध्ये वन-टच मेनू अथवा कंबाईन कुकिंगची सोय असते, त्यामुळे तर मग खूपच सोपे पडते.

१) कुठला मायक्रोवेव्ह ओव्हन सगळ्यात चांगला?

या प्रश्नाचे खरे म्हटले तर अचूक उत्तर नाहीये. प्रथम आपल्या गरजा लक्षात घ्याव्यात. बेसिक मायक्रोवेव्ह ओव्हन, मायक्रोवेव्ह विथ ब्राऊनिंग ॲन्ड ग्रिलिंग असे विविध प्रकार मिळतात. एखाद्या सोयीचा आपण किती वेळा (frequency of use) उपयोग करू हे जाणावे आणि शेवटी अर्थातच बजेटवर पण खूप अवलंबून असतेच! एखाद्या मैत्रिणीने अथवा नातेवाइकाने जर मायक्रोवेव्ह ओव्हन विकत घेतला असेल, तर भिडस्तपणा अथवा 'इगो' न ठेवता त्याचे working पाहावे. तो त्यांना वापरताना पाहावा. त्या नातेवाइकाचे अथवा मैत्रिणीचे मत घ्यावे. बऱ्याच वेळा घाईघाईत खरेदी होते अथवा केव्हा केव्हा अज्ञानाने भलतीच गोष्ट गळ्यात पडते.

२) मायक्रोवेव्ह ओव्हनची तशी काय गरज आहे?

प्रत्येक दशकाने आपल्या सुखसोयींचे भांडार स्वयंपाकासाठी भेट दिले. पूर्वीच्या चुली जाऊन स्टोव्ह आले, नंतर गॅस. आता जमाना आहे मायक्रोवेव्ह

ओव्हनचा! पूर्वी मायक्रोवेव्ह कुकिंग म्हणजे खूप धाडसी, नवीन, केवळ चैनीची वस्तू अशी समजूत होती; पण आता आपल्या मिक्सरइतकेच ते महत्त्वाचे आहे. एक फार मोठा गैरसमज खूप भगिनींमध्ये आहे, तो म्हणजे मायक्रोवेव्ह ओव्हन केवळ अन्न गरम करण्यासाठीच वापरतात अथवा उपयोगी पडतो. आजकाल आपले जीवन खूपच धकाधकीचे व घड्याळाबरोबर धावणारे झाले आहे. अशा जीवनात मायक्रोवेव्ह ओव्हन आपल्याला खूपच मदत करेल. मायक्रोवेव्ह ओव्हनमध्ये आपण रोजच्या स्वयंपाकातील अनेक पदार्थ बनवू शकतो आणि तेसुद्धा कमीत कमी वेळात. 'झटपट स्वादिष्ट जेवण कमीतकमी वेळात' – म्हणजेच मायक्रोवेव्ह कुकिंग.

३) मायक्रोवेव्ह ओव्हनमध्ये स्वयंपाक बनवण्याचे फायदे?

ओव्हनमध्ये जेवण कसे शिजते

वेग हा सर्वांत पहिला आणि मुख्य फायदा. खूपच थोड्या वेळात आपण यात जेवण बनवू शकतो. स्वयंपाकाला कमी वेळ लागल्यामुळे comparatively विजेची बचत होते. झटपट जेवण बनवल्यामुळे अन्नातील सत्त्व वाया न जाता अन्नातच पुरेपूर राहतात. या पद्धतीने जेवण बनवल्यामुळे नैसर्गिक जीवनसत्त्व, रंग, पदार्थांचे texture या गोष्टी छान राहतात.

४) मायक्रोवेव्ह ओव्हनमध्ये जेवण कसे शिजते?

थोडक्यात सांगायचे म्हणजे विद्युतशक्ती ही मायक्रोवेव्ह शक्तीमध्ये बदलली जाते. या मायक्रोवेव्ह लहरींना, अन्नातील ओलाव्याचे आकर्षण असते. त्या लहरी अन्नात शिरतात व त्यांच्या कंपनांनी जी उष्णता तयार होते, त्याने अन्न शिजते.

खालील वर्णन थोडे जास्त शास्त्रीय माहिती देते–

Microwaves are a form of high frequency radio waves, similar to those used by radio, T.V. Microwaves are much shorter than radio waves. Electricity is converted into microwave energy by 'Magnetron' tube, which is the heart of the microwave oven.

From the 'Magnetron tube, microwave energy is transmitted to the oven cavity through a small plastic covered piece. These waves are attracted by the moisture in the food, these waves penetrate the food which in turn vibrates generating heat which cook food by conduction.

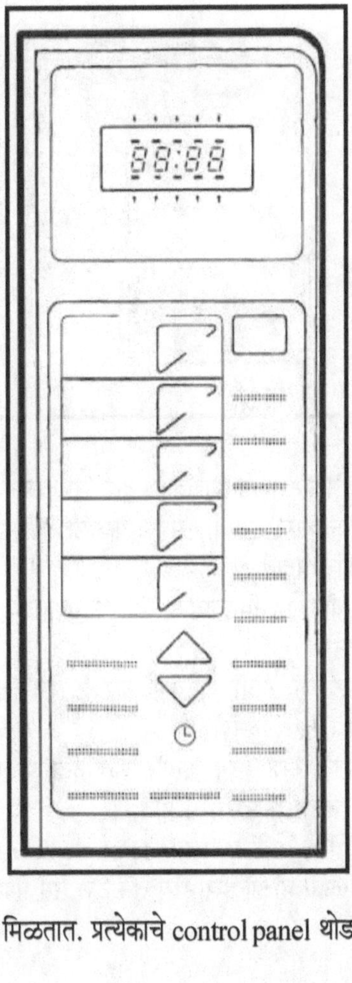

५) मायक्रोवेव्ह ओव्हन वापरणे सुरक्षित आहे का?

खूप लोकांच्या मनात मायक्रोवेव्ह बद्दल भीती आहे. मायक्रोवेव्हज् जरी घातक असल्या, तरी ओव्हन वापरताना संपूर्ण सुरक्षिततेची काळजी घेतलेली असते. या ओव्हनच्या वेव्हज् ओव्हनच्या आतील भागात बंदिस्त असतात. दरवाजावरील बारीक जाळी या वेव्हज् परिवर्तित (reflect) करतात व त्या बाहेर येऊ शकत नाहीत. संपूर्ण वेव्हज् ओव्हनमध्येच राहतात. जेव्हा आपण ओव्हनचा दरवाजा उघडतो अथवा ओव्हन बंद करतो, तेव्हा वेव्हजही बंद होतात व आपण संपूर्णपणे सुरक्षित राहतो. तसेच, ओव्हन चालू असताना दरवाजा उघडता येण्यासाठी सुरक्षा बंधने (safety interlocks) त्याच्या रचनेतच (Design) असतात.

६) मायक्रोओव्हन कसा वापरावा?

बाजारात असंख्य प्रकारचे मायक्रोवेव्ह मिळतात. प्रत्येकाचे control panel थोड्याबहुत फरकाने वेगवेगळे असते. साधारणत:

५ सेटिंग्ज असतात. आता आपण प्रत्येक सेंटिगबद्दल व ते केव्हा वापरायचे ते बघू.

	Power output	केव्हा वापरावे?
१. High	१००%	पाणी उकळणे, भाज्या, फळे शिजवणे, ब्राऊनिगंसाठी डिश प्रीहीट (गरम) करणे. ही संपूर्ण पॉवर आहे. झटपट स्वयंपाकासाठी त्याचा खूप उपयोग होतो.

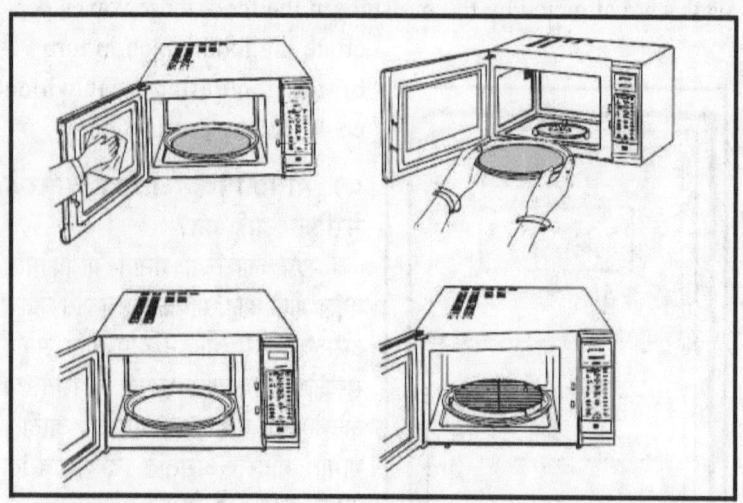

२. Medium-High	७०%	फिश, चिकन तुकडे शिजवणे, दूध गरम करणे.
३. Medium	५०%	केक बेक करणे, मटण, संपूर्ण कोंबडी, चीझ, अंडी यांचे पदार्थ
४. Medium-Low	३५%	सूप्स, चॉकलेट वितळवणे, नाजूक प्रकारच्या अन्नासाठी.
५. Defoast	३५%	फ्रीजरमधल्या गोष्टी चटकन रुम टेंपरेचरला आणणे (thaw करणे)
६. Low	१०%	शिजवलेले अन्न गरम करणे. यात अन्न पुन्हा शिजत नाही. फक्त गरम होते.

काही मायक्रोवेव्ह ओव्हन्समध्ये दोनच पॉवरचे सेटिंग असते. High or More आणि Low or Less. हल्ली बऱ्याच मायक्रोवेव्ह ओव्हन्समध्ये वन टच मेनू पण असतो.

७. वेगवेगळ्या प्रकारचे मायक्रोवेव्ह ओव्हन?

बाजारात मुख्य करून दोन प्रकारचे मायक्रोवेव्ह ओव्हन मिळतात.

अ) फक्त मायक्रोवेव्ह ओव्हन : जे फक्त मायक्रोवेव्हच्या वेव्हज्वर अन्न शिजवतात.

आ) मायक्रोवेव्ह कन्वेक्शन ओव्हन : हा प्रकार दोन ओव्हनच्या मिश्रणाने (combination) तयार केलेला असतो. हे दोन प्रकार म्हणजे वर उल्लेख केलेला साधा मायक्रोवेव्ह ओव्हन व आतापर्यंत आपण वापरत असलेला इलेक्ट्रिकल साधा ओव्हन. साधारणत: फक्त मायक्रोवेव्ह ओव्हन म्हणजे पहिला प्रकार. यात जेवण उत्तम रीतीने शिजते; पण काही ठिकाणी आपल्याला वरून ब्राऊन, कुरकुरीत, खरपूस थराची गरज असते. अशा वेळी दुसऱ्या प्रकारच्या ओव्हनची गरज भासते. 'कॉंबिनेशन' ओव्हनमध्ये मायक्रोवेव्हज्च्या साहाय्याने जेवण शिजते व कन्व्हेंशनल (covnentional method) वापरून कुरकुरीतपणा दिला जातो. बऱ्याचदा, काही उत्पादक नावीन्य व उपयुक्तता वाढविण्यासाठी मायक्रोवेव्ह ओव्हन with conventional and grills चे उत्पादन करतात. यामध्ये आपण ग्रीलचा वापर करून तंदुरी चिकन, कबाब वगैरे करू शकतो.

८. शिजवलेले अन्न फक्त गरम करणे (Reheating)

Reheating हा मायक्रोवेव्ह ओव्हनच्या अनेक उपयोगांपैकी एक मस्त प्रकार आहे. जेवण गरम करताना (रिहीट), जेवणातील सत्त्व, त्याचे texture, रंग खराब होऊ न देण्यासाठी खाली काही मुद्दे, टिप्स देत आहे. Reheat केलेले शिळे, गार अन्न एकदम ताज्या अन्नासारखे दिसते व लागते.

* थोडे थोडे जेवण पटकन गरम होईल. जर तुम्ही खूप मोठी डिश गरम करायला ठेवलीत तर त्याला reheat होण्यासाठी जास्त वेळ लागेल.

* रूम टेंपरेचरला असलेले अन्न लवकर गरम होईल. पण फ्रीजमधील थंडगार असलेले जेवण गरम व्हायला थोडा जास्त वेळ लागेल.

* रिहीट करताना झाकण ठेवल्यास लवकर गरम होते व अन्नातील पाण्याचा अंश जेवणातच राहून अन्न कोरडे होत नाही.

* भात अथवा डाळ गरम करताना त्यावर थोडे पाणी शिंपडावे व झाकण ठेवून reheat करावे किंवा झाकणावर थोडे पाणी घालावे.

* ब्रेड, चपाती, पिझ्झा, केक गरम करताना त्यांना पेपर टॉवेल अथवा कापडी टॉवेलमध्ये गुंडाळावे. यामध्ये जास्त पाण्याचा अंश असल्यास टॉवेल तो शोषून घेईल व अन्न सर्वत्र एकसारखे गरम होईल.

* भाज्या अथवा ग्रेव्हीज रिहीट करण्याआधी त्यात एक चमचा तूप, तेल

किंवा लोणी घातल्यास, अन्न पटकन गरम होईल.

* शिळा चिवडा, शेव इत्यादी reheat केल्यास पुन्हा ताज्यासारखे होतात.

९. डिफ्रॉस्टिंग (Defrosting)

डिप फ्रीजरमधले फ्रोझन अन्न रूम टेंपरेचरला पटकन आणणे.

मायक्रोवेव्ह ओव्हनचा आणखी उत्तम उपयोग म्हणजे डिफ्रॉस्टिंग. मायक्रोवेव्ह ओव्हनमध्ये डिफ्रॉस्टिंग खूपच लवकर होते. त्यामुळे अन्नात जंतू होण्याचा धोकाही टळतो. Medium low ३५% पॉवर सेटिंगवर नेहमी डिफ्रॉस्टिंग करावे; परंतु जर का आपण बाकी कुठल्या 'पॉवर सेटिंग'चा उपयोग केला, तर अन्न त्याच वेळी शिजण्याचा धोका आहे. अन्न खराब होऊ शकते.

* डिफ्रॉस्ट करावयाचे अन्न जरा ढवळून घ्यावे अथवा लहान तुकडे करावेत. म्हणजे वेव्हज् सर्वत्र पसरतील व अन्न लवकर डिफ्रॉस्ट होईल.

* फ्रोझन भाज्या त्याच बॅगमध्ये डिफ्रॉस्ट करू नये. त्या वेव्हजमुळे जी विद्युतशक्ती निर्माण होते, त्याची उष्णता बॅग सहन करू शकणार नाही व बॅग वितळण्याचा धोका उद्भवतो.

१०. मायक्रोवेव्ह ओव्हनसाठी लागणारी भांडी (Cookware)

मायक्रोवेव्ह ओव्हनसाठी सर्वसाधारण धातूची भांडी वापरता येत नाहीत, हे लक्षात घ्यावे. बाजारात केवळ या ओव्हनसाठी तयार केलेली भांडी मिळतात. तसेच बऱ्याच काचेच्या अथवा सिरॅमिकच्या भांड्यांवरसुद्धा हल्ली 'microwave safe' असे शिक्के मारलेले असतात.

या ओव्हनसाठी साधारणत: काचेची व सिरॅमिकची भांडी वापरायला तशी सुरक्षित; परंतु खालील चाचणी (test) जरूर करून पाहावी.

एका ग्लासच्या अथवा सिरॅमिकच्या भांड्यात २५० मि. ली. पाणी घ्या व

High सेटिंगवर एक मिनिट ठेवा. नंतर पाहा, जर भांडे गरम झाले असेल तर ते योग्य नाही. भांडे गरम झाले याचा अर्थ हे भांडे वापरू नये. जर भांडे गार व आतील पाणी गरम असे असेल, तर हे भांडे वापरायला हरकत नाही.

* प्लॅस्टिक (plastic) चे कप, प्लेट शक्यतो फक्त रिहीटिंगसाठी वापरावे.

* प्लॅस्टिक डबे वापरता येतात, पण ज्यात खूप तेल, तूप अथवा साखरेचे प्रमाण जरा जास्त असेल असे जेवण त्यात करू नये.

* धातूची भांडी अजिबात वापरू नयेत.

* ज्या भांड्यांना सोनेरी कड, सोनेरी नक्षी आहे अशी भांडी वापरू नयेत. जर

अशी भांडी वापरलीत, तर ओव्हन चालू केल्यावर तुम्हाला आत 'स्पार्कस्' उडलेले दिसतील.

* ओव्हनप्रूफ काचेची भांडी, पायरेक्स (pyrex), कॉर्निंग वेअर (corning ware), बोरोसिल (Borocil) यांसारख्या कंपन्यांची भांडी वापरायला योग्य.

११. काही अनिवार्य मुद्दे (Do's and Don'ts)

(अ) Do's (अत्यावश्यक, करण्यालायक गोष्टी)

* ओव्हनबरोबर आलेले इन्स्ट्रक्शन मॅन्युअल नीट वाचा. ते समजून घ्या व त्याप्रमाणेच मायक्रोवेव्ह ओव्हन वापरा.

* बहुतेक सर्व प्रगतशील मेक्सचे उत्पादक, त्यांच्यातर्फे कुकिंग क्लासेसचे आयोजन करतात. ते जरूर अटेंड करावेत. त्यामुळे तुम्ही विकत घेतलेल्या ओव्हनची तुमची चांगली तोंडओळख होईल व आत्मविश्वास वाढेल.

* मायक्रोवेव्ह ओव्हन नेहमी आतून व बाहेरून स्वच्छ ठेवावा. प्रत्येक वेळी साध्या मऊ फडक्याने पुसून घ्यावा.

* मायक्रोवेव्ह ओव्हनसाठी जी भांडी योग्य आहेत अशीच भांडी वापरावीत.

* बटाटे, वांगी इत्यादी भाज्यांना सालासकट अख्खे शिजवावे आणि त्या भाज्यांना काट्यांनी टोचे मारावेत, म्हणजे आतील वाफ बाहेर पडते. तसे न केल्यास भाजी फुटण्याची शक्यता आहे.

झाकण ठेवून शिजवावे

(आ) Don'ts (ज्या गोष्टी अजिबात करू नयेत)

* रिकामा मायक्रोवेव्ह ओव्हन कधीही चालू करू नये.

* मायक्रोवेव्ह ओव्हनच्या पॅनेल, दरवाजा इत्यादींशी खेळ करू नये.

* लहान तोंडाच्या बाटल्या ओव्हनमध्ये वापरू नयेत. शिजताना अन्नात प्रेशर तयार होऊन बाटली फुटण्याची संभावना आहे.

* मेल माईनची भांडी वापरू नयेत. ती लवकर गरम होतात व त्यांना चीर जाते. तसेच धातूची व धातूची कडा असलेली काचेची भांडी वापरू नयेत.

* अंडी कधीही ओव्हनमध्ये उकडू (boil) नयेत.

* एखाद्या गोष्टीसाठी तेल वा तूप नुसते गरम करायला ओव्हनमध्ये ठेवू नये. कारण तेलाचे तापमान आपल्याला कळत नाही व आग लागण्याची शक्यता आहे. भाज्यांसाठी गार तेलात मोहरी इत्यादी घालून झाकण ठेवून गरम करावे.

* कुठलाही पदार्थ त्यात तळता येत नाही.

* ओव्हन फक्त तज्ज्ञांकडून नीट करून घ्यावा. घरच्या घरी नीट करण्याचे प्रयोग करू नयेत.

* ॲल्युमिनियम फॉईलने (Aluminium foil) अन्न संपूर्ण झाकू नये. कारण फॉईलमुळे वेव्हज परिवर्तित (reflect) होतात; पण काही वेळा अन्नाच्या काही पातळ भागांना फॉईल लावता येते. म्हणजे हे भाग जास्त शिजणार नाहीत. जसे कोंबडीच्या तंगड्यांची टोके, मासा संपूर्ण शिजवायचा असेल तर त्याची शेपूट इत्यादी.

* हा ओव्हन लहान मुलांना वापरू देऊ नये.

काही वस्तूंचे वजन व अंदाजे प्रमाण

वस्तू	वजन	अंदाजे प्रमाण
दूध	१०० मि. ली.	१ कप लहान
दही	१०० ग्रॅम	१ मध्यम वाटी
क्रीम	२९५ मि. ली.	२ कप मोठे
चीझ	२२५ ग्रॅम	२ कप किसलेले
कंडेन्सड मिल्क	४०० ग्रॅम	दीड कप मोठा
सूप	२५० ग्रॅम	१ कप मोठा
दाण्याचे कूट	९ ग्रॅम	१ टेबलस्पून सपाट
बटाटे	४५५ ग्रॅम	३ जरा मोठे किंवा अडीच कप चिरून
टोमॅटो	४५५ ग्रॅम	३ जरा मोठे
कांदे	११० ग्रॅम	१ मोठा
टोमॅटो सॉस	१७ ग्रॅम	१ टेबलस्पून
नारळाचे खोबरे	९७ ग्रॅम	१ कप खोबरे
जॅम	२० ग्रॅम	१ टेबलस्पून
पनीर	२२५ ग्रॅम	१ चिरलेले पनीर

रोज लागणाऱ्या वस्तूंचे वजन-मापाचे प्रमाण

१ चहाचा चमचा = ५ मिलीलीटर
१ टेबलस्पून = ३ टी स्पून = १५ मिलीलीटर
१/८ टिस्पून = ०.५ मिलीलीटर
१/४ टिस्पून = १ मिलीलीटर
१/२ टिस्पून = २.५ मिलीलीटर
१/२ टेबलस्पून = ७.५ मिलीलीटर
१/४ कप = ६० मिलीलीटर
१/२ कप = १२५ मिलीलीटर
३/४ = २०० मिलीलीटर
१ कप = २५० मिलीलीटर
२ कप = ५०० मिलीलीटर

३ कप = ७५० मिलीलीटर
४ कप = १ लिटर.

काही टिप्स

१. उग्र व शिळे वास ओव्हनमधून घालवण्यासाठी व्हिनिगर, लिंबू पाण्यात घाला व या पाण्याचा उपयोग करून मऊ फडक्याने ओव्हन आतून पुसून घ्या.

२. दोन कप पाण्यात २-३ लिंबाच्या फोडी घाला व 'High' सेटिंगवर ८ मिनिटे ठेवावे. नंतर लगेच ओव्हन पुसून घ्यावा. असे केल्यानेही उग्र, शिळा वास नाहीसा होतो.

३. झाकण ठेवून अन्न शिजवले तर शिजण्यासाठी लागणारा वेळ कमी लागेल व जेवणातील ओलावा पण टिकून राहील.

४. लिंबाच्या जातीच्या फळांचा (citrus fruits) रस जास्त निघावा, म्हणून ही फळे रस काढण्यासाठी High सेटिंगवर ३० सेकंद प्रत्येकी ठेवावी व फळ १ मिनिट गार होऊ द्यावे. मगच रस काढावा.

५. सुक्या नारळाचा कीस भाजण्यासाठी : १ कप कीस एका प्लेटमध्ये नीट पसरून घ्यावा. 'High' सेटिंगवर ३ मिनिटे ठेवा. मधूनमधून ढवळा.

६. कडक आईस्क्रीम मऊ करण्यासाठी : Low वर २० सेकंद ठेवा. चमच्याने वरची बाजू खरवडून काढावी.

७. डाळ, कडधान्य प्रेशरकुक करून मग मायक्रोवेव्ह ओव्हनचा उपयोग करून पदार्थ बनवल्यास वेळ + इंधन दोन्हीची बचत होईल.

८. समुद्रसपाटीपासून उंचावर असलेल्या स्थळांसाठी खास सूचना.
या स्थळांवर अन्न शिजायला नेहमीपेक्षा थोडा जास्त वेळ लागेल. समजा, वेळ तीन मिनिटे लिहिली असेल, तर येथे ४-५ मिनिटे वेळ लागेल. जास्त लागणारा वेळ लक्षात घेऊन पदार्थांचे टाईमिंग सेट करा. सर्वांत उत्तम म्हणजे दिलेल्या वेळेनुसार कृती सुरू करा व पदार्थ शिजतो आहे की नाही; हे तपासून पाहा. वेळ वाढविणे सोपे आहे. परंतु अति शिजण्याने पदार्थ पूर्ण बिघडून जाण्याची शक्यता आहे.

अनुक्रमणिका

सूप्स / १

चटण्या, कोशिंबिरी, रायते, सॉस, सॅलेड्स, जॅम / ११

नाश्त्याचे प्रकार (स्नॅक्स) / १९

भाताचे प्रकार (राईस डिशेस्) / ३३

भाज्यांचे प्रकार (व्हेजिटेबल करीज्) / ४३

सार, डाळ, कढी / ५३

मांसाहारी प्रकार (नॉन-व्हेज) / ६१

पेय / ७३

गोड पदार्थ (डेझर्ट्स) / ७९

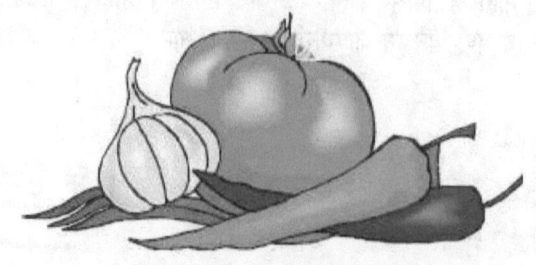

सूप्स्

टोमॅटोचे सूप
स्वीट कॉर्न सूप
व्हेजिटेबल सूप
मशरूम सूप
बटाटा + मका सूप
हॉट ॲन्ड सॉर सूप
फ्रेंच ओनिअन सूप
चीझ सूप
लाल भोपळ्याचे सूप
गाजर व संत्र्याचे थंडगार सूप
क्रीमी ब्रोकोली सूप
मलीगटानी सूप

स्टॉकसाठी बेसिक रेसिपी

स्टॉक करणे अतिशय सोपे आहे. आपण मटण, चिकन, फिश, व्हेजिटेबल्स (भाज्या) यांचा उपयोग करून स्टॉक बनवू शकतो.

* मटणाचा स्टॉक करताना थोडे मटण, मटणाची हाडे घेऊन, त्यात भरपूर पाणी घालून शिजवा. यात आवडत असल्यास थोडा कांदा घालू शकता. उकळणाऱ्या पाण्यामध्ये मटण शिजले, की ते गाळून घ्यावे. हे गाळलेले पाणी म्हणजे मटणाचा स्टॉक.

* चिकन स्टॉक करताना त्यात कांद्याचे तुकडे, मिरी, दालचिनी घातल्यास चव आणखीन चांगली होते.

* फिश स्टॉक करताना फिशबोन्स, फिशचे डोके व इतर भाग पाण्यात घालून उकळवावा. १५-२० मिनिटे उकळले, तरी चालेल. उकळताना त्यात २ लवंगा, कांदा, कढीलिंब घातल्यास स्वाद वाढतो.

■

टोमॅटोचे सूप *(अंदाजे २ जणांसाठी)*

टोमॅटो सूप हा अतिशय लोकप्रिय प्रकार आहे. जशी बटाट्याची भाजी ही प्रत्येक घरात वेगळी बनते, तसेच कुठल्याही दोन हॉटेलमध्ये टोमॅटो सूपचा सारखा प्रकार सापडणार नाही! मला आवडलेल्या टोमॅटो सूपच्या काही थोड्या प्रकारांपैकी खालील एक प्रकार देत आहे.

साहित्य

२५० ग्रॅम लाल टोमॅटो	१ कांदा मध्यम आकाराचा,
१ बीटरूट मध्यम आकाराचे,	अर्धा टीस्पून तिखट, १ टीस्पून साखर,
१ टीस्पून वाटलेले आले,	पाव वाटी दूध, मीठ, मिरपूड चवीप्रमाणे,
१ टीस्पून लोणी,	१ टीस्पून कॉर्नफ्लोअर, १ टीस्पून चुरमुरे.

कृती

टोमॅटो, बीट, कांदा यांचे बारीक तुकडे करा. एका मोठ्या भांड्यात ३ कप पाणी घ्या व त्यात हे तुकडे घाला. मायक्रोवेव्ह ओव्हनमध्ये 'High' सेटिंगवर ५ मिनिटे शिजवा – झाकण न ठेवता. नंतर झाकण ठेवून 'Medium-High' वर ४ मिनिटे शिजवा. शिजल्यानंतर सूप गाळून घ्या. या गाळलेल्या सूपमध्ये तिखट, साखर, आले, लोणी, मीठ घाला. पुन्हा 'Medium-High' सेटिंगवर ३ मिनिटे

ठेवा. त्यात पाव वाटी दूध घाला. अर्धा वाटी पाण्यात १ टीस्पून कॉर्नफ्लोअर मिक्स करा. हे मिश्रण सूपमध्ये घाला. 'Medium-High' सेटिंगवर २ मिनिटे ठेवा. चांगले ढवळून घ्या. सूप सर्व्ह करताना नेहमीप्रमाणे ब्रेडचे चौकोनी तळलेले तुकडे न घालता चुरमुरे, मिरपूड, लोणी घाला. सूपची लज्जत काही 'और'च येते.

■

स्वीट कॉर्न सूप (चिकन/व्हेजिटेबल) *(अंदाजे ६ जणांसाठी)*

हे सूपसुद्धा लहान-मोठ्यांना, सर्वांनाच आवडते आणि म्हणूनच एखादे वेळेस ऑल टाईम फेवरेट (All Time Favourite) सूप म्हणून ओळखले जात असावे.

साहित्य

८ कप चिकन किंवा व्हेजिटेबल स्टॉक, १ डबा (कॅन) स्वीट कॉर्न,
३-४ टीस्पून साखर, ३ टीस्पून मीठ, १ टीस्पून अजिनोमोटो,
२ अंड्यांचे पांढरे बलक फेटलेले, ८-१० टीस्पून कॉर्नफ्लोअर.

कृती

मोठ्या बाऊलमध्ये स्टॉक व कॉर्न एकत्र घेऊन 'High'वर ८ मिनिटे उकळवा. त्यात साखर, मीठ, अजिनोमोटो घाला व 'High'वर ४ मिनिटे ठेवा. कॉर्नफ्लोअर पाण्यात विरघळवून घ्या व सूपमध्ये घाला. सूप आता ३ मिनिटे 'Medium'वर ठेवा. नंतर त्यात हळूहळू अंड्यांचे फेटलेले पांढरे घाला व पुन्हा 'Medium'वर २ मिनिटे ठेवा. सर्व्ह करताना चिकनचे बारीक तुकडे (श्रेडेड्) अथवा वाफवलेल्या व बारीक चिरलेल्या भाज्या घातल्या, की स्वीट कॉर्न चिकन सूप किंवा स्वीट कॉर्न व्हेजिटेबल सूप बनते.

** साखर आपल्या आवडीनुसार कमी-जास्त करावी.*

■

व्हेजिटेबल सूप *(अंदाजे ४-६ जणांसाठी)*

साहित्य

१ गाजर, १ सलगम, १ वाटी चिरलेला कोबी, १ सेलरीची काडी,
१ बटाटा, २ टोमॅटो, १ कांदा – सर्व भाज्या बारीक चिरून घ्याव्या.
२ टीस्पून लोणी, २ टीस्पून मैदा पाण्यात कालवलेला,
६ कप चिकन स्टॉक, मीठ, मिरपूड चवीप्रमाणे,
थोडीशी पार्सली, २५ ग्रॅम किसलेले चीझ.

कृती

कांदा सोडून बाकी सर्व चिरलेल्या भाज्या एका मोठ्या बाऊलमध्ये ठेवा. भाज्या बुडेपर्यंत पाणी घाला. 'High' सेटिंगवर १० मिनिटे ठेवा. नंतर गाळून पाणी (स्टॉक) वेगळे करा. दुसऱ्या बाऊलमध्ये चिरलेला कांदा व लोणी ठेवा व 'High'वर २-३ मिनिटे ठेवा. त्यात पाण्यात कालवलेला मैदा घाला. नंतर त्यात चिकन स्टॉक व गाळून वेगळ्या केलेल्या, शिजलेल्या भाज्या घाला. हे सर्व 'High'वर १२ मिनिटे ठेवा. थोडे किसलेले चीझ व चवीनुसार मीठ, मिरपूड घालून 'Medium-High'वर १ मिनिट ठेवा. पार्सली व उरलेले चीझ घालून सर्व्ह करा.

* ज्यांना चिकन स्टॉक नको असेल, त्यांनी व्हेजिटेबल स्टॉक वापरावा.
* पार्सली न मिळाल्यास पुदिना अथवा कोथिंबीर वापरली, तरीसुद्धा चांगली चव लागते.

■

मशरूम सूप   (अंदाजे ४ जणांसाठी)

गेल्या काही वर्षांत मशरूमची खूप आवड निर्माण झाली आहे. म्हणूनच या सूपला माझ्या यादीत वरचा क्रमांक मिळाला आहे.

साहित्य

२५० ग्रॅम ताजे मशरूम,   १ टीस्पून मैदा,
२ कप चिकन स्टॉक,   १ टीस्पून मोहरी, ५ पुदिना-पाने,
अर्धा कप मलई (क्रीम)   चवीपुरते मीठ, मिरपूड

कृती

मशरूमचे खाली सांगितल्याप्रमाणे तुकडे करा. २ लीटरच्या भांड्यात तुकडे केलेले मशरूम घाला व मशरूम बुडेपर्यंत पाणी घाला. झाकण ठेवा व मायक्रोवेव्ह ओव्हनमध्ये 'High' सेटिंगवर ५ मिनिटे ठेवा. नंतर त्यात चिकन स्टॉक, मैदा, मोहरी, मलई घाला. चवीसाठी मीठ, मिरपूड घाला व चांगले ढवळून घ्या.

ओव्हनमध्ये 'High' सेटिंगवर ७ मिनिटे ठेवा. मधूनमधून ढवळून घ्या. सूप सर्व्ह करताना प्रत्येक बाऊलमध्ये एक-दोन पुदिन्याची पाने घालावीत.

* हल्ली बाजारात मिळणाऱ्या 'चिकन मॅगी' क्यूबचा वापर करून पण आपण चिकन-स्टॉक तयार करू शकतो.
* मशरूमचे त्याच्या आकारानुसार बारीक तुकडे करावे. मोठ्या मशरूमचे आठ-दहा तुकडे, बटन मशरूम असल्यास चार तुकडे.

** सूपसाठी कॅन मशरूमचा वापर करू नये.*

** सुके मशरूम असल्यास ते रात्रभर पाण्यात भिजत घालावे. नंतर निथळून वापरावेत.*

■

बटाटा आणि मका सूप *(अंदाजे ६ जणांसाठी)*

मक्याच्या सूपच्या अनेक प्रकारांपैकी हा एक नावीन्यपूर्ण प्रकार जरूर करून पाहावा.

साहित्य

५०० ग्रॅम बटाटे (साले काढून, चौकोनी फोडी करून),

४४० ग्रॅम क्रीम कॉर्नचा डबा (किंवा ४ कोवळी मक्याची माणसं),

१ कांदा उभा चिरलेला, १ लीटर चिकन स्टॉक,

२ टीस्पून मैदा, चवीप्रमाणे मीठ, मिरपूड

कृती

चिरलेले कांदे व बटाटे एका बाऊलमध्ये घ्या. त्यात ३ कप पाणी घाला. ओव्हनमध्ये 'High' सेटिंगवर ९ मिनिटे ठेवा. शिजल्यानंतर गाळून घ्या. पाणी टाकून द्या.

दुसऱ्या भांड्यात हे शिजलेले कांदे, बटाटे घ्या. त्यात चिकन-स्टॉक घाला व ओव्हनमध्ये 'High' सेटिंगवर ७ मिनिटे ठेवा. २ टीस्पून मैदा ३ टीस्पून स्टॉकमध्ये कालवून घ्या व सूपमध्ये ओता. त्यात मका घाला. ओव्हनमध्ये 'High' सेटिंगवर २ मिनिटे ठेवा. चवीप्रमाणे मीठ घाला व 'Medium-High' सेटिंगवर २ मिनिटे ठेवा. मिरपूड घालून सर्व्ह करा.

** चिकन स्टॉकऐवजी व्हेजिटेबल स्टॉक वापरूनदेखील हे सूप अप्रतिम होते.*

■

हॉट ॲन्ड सॉर सूप *(अंदाजे ८ जणांसाठी)*

चमचमीत सूप आवडणाऱ्यांसाठी हे सूप म्हणजे एक पर्वणी आहे.

साहित्य

८ कप चिकन किंवा व्हेजिटेबल स्टॉक,

२ कप बारीक चिरलेला कोबी,

अर्धा कप प्रत्येकी गाजर, भोपळी मिरची, फरसबी, बांबू शूट.

हे सर्व बारीक चिरून घ्यावे, ६ टीस्पून कुकिंग सोया सॉस,
८ टीस्पून व्हिनिगर, ८ टीस्पून कॉर्नफ्लोअर,
१ अंडे, २ टीस्पून मिरपूड,
१ टीस्पून मीठ, १ टीस्पून अजिनोमोटो, २ टीस्पून साखर,
वरून द्यायच्या फोडणीसाठी (टेंपरिंग) २ टीस्पून तेल, १ टीस्पून तिखट.

कृती

एका मोठ्या बाऊलमध्ये स्टॉक व चिरलेल्या भाज्या घालून ८-९ मिनिटे 'High'वर शिजवावे. नंतर त्यात सोयासॉस, व्हिनिगर, मीठ, मिरपूड, साखर व अजिनोमोटो घाला. थोड्या पाण्यात कॉर्नफ्लोअर कालवून वरील स्टॉकमध्ये घाला. 'Medium-High' वर ३ मिनिटे शिजवा. १ अंड्याचे फक्त पांढरे फेसून घ्या व हळूहळू सूपवर घाला. पुन्हा वरील सर्व 'Medium-High'वर २ मिनिटे शिजवा. गॅसवर एका पातेल्यात तेल गरम करा व त्यात नंतर तिखट घाला. आता ही फोडणी (टेंपरिंग) तयार सूपवर ओता व गरम गरम सूप सर्व्ह करा. आवडत असेल, तर सूपवर डेकोरेशनसाठी उकडलेल्या चिकनचे बारीक (श्रेडेड्) तुकडे घाला.

** स्टॉकसाठी फिश, प्रॉन्स, खेकडा यांचा उपयोग करू नये. हे वापरल्यास सूपला एक विशिष्ट दर्प (वास) येतो – जो बऱ्याच जणांना आवडणार नाही.*

** हल्ली बाजारात मिळणाऱ्या मॅगी क्यूबचा (चिकन/व्हेजिटेबल) उपयोग स्टॉकसाठी करता येईल.*

■

फ्रेंच ओनिअन सूप

(अंदाजे २ जणांसाठी)

हेसुद्धा एक पारंपरिक, जगन्मान्य व प्रसिद्ध सूप आहे.

साहित्य

३ मोठे कांदे उभे,उभे पातळ चिरलेले, अर्धा टीस्पून साखर, २ टीस्पून लोणी,
२ टीस्पून मैदा, ३ कप गरम दूध, १ अंड्यातले पिवळे – फेटलेले,
मीठ, मिरपूड चवीप्रमाणे, २ टीस्पून चीझ.

कृती

कांदा, साखर, लोणी एका मोठ्या बाऊलमध्ये घ्या. त्यावर झाकण ठेवून 'High'वर ६ मिनिटे ठेवा. अधूनमधून ढवळा. कांदे मऊ झाले पाहिजेत. त्यात मैदा घालून ढवळा व १ मिनिट 'High'वर ठेवा. त्यात गरम दूध हळूहळू घाला

 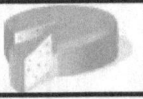

व सतत ढवळा (मैद्याच्या गुठळ्या न होऊ देण्यासाठी). नंतर चवीप्रमाणे मीठ व मिरपूड घाला. प्रथम 'High'वर २ मिनिटे व नंतर 'Medium'वर २ मिनिटे ठेवा. १ अंड्यातले पिवळे फेटून त्यावर घालावे व 'Medium-High'वर २ मिनिटे ठेवावे. सर्व्ह करताना किसलेले चीझ वरून भुरभुरावे (sprinkle करावे).

चीझ सूप
(अंदाजे ४ जणांसाठी)

साहित्य
२ लीटर चिकन स्टॉक,
७५ ग्रॅम चीझ किसलेले,
२ टीस्पून सेलरी चिरलेली,
१ टीस्पून अजिनोमोटो,
अर्धा टीस्पून काळी मिरी पावडर,
३ टीस्पून लोणी, मीठ चवीप्रमाणे.

१ कप दूध, २ कांदे बारीक कापलेले,
३ टीस्पून मैदा / कॉर्नफ्लोअर,
२ टीस्पून गाजर बारीक चिरलेले,
१ टीस्पून कोथिंबीर / पार्सली चिरलेली,

कृती
मोठ्या बाऊलमध्ये लोणी घाला व Medium वर १ मिनिट ठेवा. त्यात मैदा/कॉर्नफ्लोअर घाला व चांगले ढवळा. त्यात आता बारीक चिरलेले गाजर, सेलरी, कांदा व मिरपूड घालून 'High'वर २ मिनिटे ठेवा. अधूनमधून ढवळा. नंतर दूध, अजिनोमोटो, चिकन स्टॉक घाला व 'Medium-High'वर ४ मिनिटे ठेवा. त्यात किसलेले चीझ घाला. सर्व्ह करताना पार्सली/कोथिंबीर घाला.

लाल भोपळ्याचे सूप
(अंदाजे ४ जणांसाठी)

नेहमीची सूप्स पिण्याचा जेव्हा कंटाळा येईल, तेव्हा हे सूप जरूर करून पाहावे.

साहित्य
अर्धा किलो भोपळ्याचे साल काढून तुकडे करा (कुठल्याही आकाराचे),
१ टीस्पून लोणी, पाणी,
१ टीस्पून मीठ,
अर्धा टीस्पून वाटलेली आले पेस्ट,
पाव कप क्रीम (मलई),

१ चिकन स्टॉक क्यूब, दूध,
अर्धा टीस्पून मिरपूड,
अर्धा टीस्पून दालचिनीपावडर,
अर्धा टीस्पून साखर.

कृती

एका मोठ्या बाऊलमध्ये भोपळ्याचे तुकडे, पाणी व चिकन क्यूब घाला. झाकण ठेवून 'High'वर ८ मिनिटे ठेवा. नंतर गार झाल्यावर मिक्सरमधून काढून घ्यावे व त्याची चांगली पेस्ट करून घ्यावी. हे सर्व पुन्हा बाऊलमध्ये काढून घ्यावे. त्यात दूध, सर्व मसाले व क्रीम एकत्र करा. हे सर्व 'Reheat'वर चार-पाच मिनिटे ठेवावे. उकळी येऊ देऊ नये. वरील सूप मग सर्व्ह करा.

गाजर व संत्र्याचे थंडगार सूप   (अंदाजे ३ जणांसाठी)

कडक उन्हाळ्यातसुद्धा सूपची मजा घेता यावी, म्हणून हा एक नावीन्यपूर्ण प्रकार देत आहे.

साहित्य

२ टीस्पून लोणी,   १ मोठा कांदा चिरलेला,
अर्धा किलो गाजरे बारीक चिरलेली,   ३ चिकन स्टॉक क्यूब्स,
३ कप पाणी,   १ टीस्पून साखर,
पाव टीस्पून दालचिनी पूड,   पाव टीस्पून जायफळपूड,
चवीपुरते मीठ,   अर्धा कप ताज्या संत्र्याचा रस.

कृती

एका मोठ्या बाऊलमध्ये लोणी घाला व 'High'वर ४० सेकंद ठेवा. त्यात चिरलेला कांदा घालून 'High'वर ३ मिनिटे ठेवा. आता त्यात गाजर घाला. ३ चिकन क्यूब्स सर्व पाण्यात विरघळवा व त्यातले अर्धे पाणी वरील बाऊलमध्ये घ्या. त्यात साखर, जायफळ व दालचिनी पूड घाला. बाऊलवर झाकण ठेवून 'High'वर १२ मिनिटे ठेवा. आता उरलेले अर्धे पाणी (स्टॉक) घालून कोमट (रूम टेंपरेचर) होऊ द्या. हे सर्व मिक्सरमध्ये वाटून घ्या (प्यूरी करा). त्यात संत्र्याचा रस व चवीनुसार मीठ घाला. फ्रीजमध्ये छान गार करा व नंतरच सर्व्ह करा.

* गार्निशिंगसाठी (शोभिवंतपणा आणण्यासाठी) सर्व्ह करताना वरून अतिशय बारीक किसलेले गाजर व एक संत्र्याची सोललेली पाकळी (फोड) सोडावी.

क्रिमी ब्रोकोली सूप   (अंदाजे ४ जणांसाठी)

साहित्य
४०० ग्रॅम ब्रोकोली,   दीड लीटर उकळता चिकन स्टॉक,
अर्धा कप क्रीम,   २ टीस्पून पार्सली / कोथिंबीर
                           बारीक चिरलेली,
मीठ, मिरची पूड चवीप्रमाणे.

कृती
ब्रोकोली चिरून स्टॉकमध्ये घाला. 'High'वर १८ मिनिटे ठेवा. न विसरता झाकण ठेवून शिजवा. वरील सर्व गाळून घेऊन स्टॉक बाजूला काढा. शिजलेली ब्रोकोली मिक्सरमध्ये वाटून घ्या. वाटताना स्टॉकचे पाणी वापरा. त्यात आता क्रीम, कोथिंबीर घाला. 'Medium-High'वर २-३ मिनिटे ठेवा. चवीनुसार मीठ-मिरपूड घाला व गरम सर्व्ह करा.

* ब्रोकोली ही हिरव्या रंगाच्या, नेहमीच्या फ्लॉवरसारख्या दिसणाऱ्या भाजीचा एक प्रकार आहे. ही हल्ली सहज मिळू लागली आहे.

मलीगटानी सूप   (अंदाजे २ जणांसाठी)

पारंपरिक मलीगटानी सूपचा, विकतच्या नूडल्स घालून केलेला हा एक सोपा प्रकार आहे.

साहित्य
१ पॅकेट सूप स्टाईलचे मॅगी नूडल्स,
पाऊण कप चणा डाळ शिजवून अन् वाटून पेस्ट बनवलेली,
२-३ हिरव्या मिरच्या बारीक चिरलेल्या,
अर्धा लिंबाचा रस,   थोडी कोथिंबीर चिरलेली.

कृती
३ कप पाणी 'High'वर ६ मिनिटे उकळवा. त्यात नूडल्स व त्याच्याबरोबर आलेले 'टेस्ट मेकर', डाळीची पेस्ट, बारीक चिरलेली कोथिंबीर व मिरच्या घाला. पुन्हा 'High'वर ५ मिनिटे ठेवा. अधूनमधून ढवळा. आता त्यात लिंबाचा रस घाला. गरम गरम सर्व्ह करा.

चटण्या, कोशिंबिरी, रायते, सॉस, सॅलेड्स, जॅम

मायक्रोवेव्ह ओव्हन म्हणजे फक्त कठीण व नावीन्यपूर्ण पाककृतींसाठी उपयोगी पडतो, हा गैरसमज दूर करण्यासाठी आपल्या नेहमीच्याच काही आवडत्या डिशेस् देण्याचा येथे प्रयत्न केला आहे.

वांग्याचे भरीत
पालकाची कोशिंबीर
दुधी रायता
टोमॅटो चटणी
मँगो चटणी
चिंचेची चटणी
व्हाईट सॉस
शेजवान सॉस
कॅरेमल सॉस
जर्दाळू, अननसाचा जॅम
संत्र्याचे मार्मालेड
स्ट्रॉबेरी जॅम

वांग्याचे भरीत (अंदाजे ४ जणांसाठी)

साहित्य

१ भरताचे वांगे (अंदाजे ३५० ग्रॅम), दीड कप दही,
अर्धा कप बारीक चिरलेला कांदा, २ हिरव्या मिरच्या,
पाव कप बारीक चिरलेली कोथिंबीर, पाऊण टीस्पून मीठ,
दीड टीस्पून जिरेपूड, १ टीस्पून तेल,
अर्धा टीस्पून मोहरी, १० कढीपत्त्याची पाने,
१ टीस्पून तिखट.

कृती

वांग्याला सर्व बाजूंनी टोचे मारून घ्या व तेलाचा हात लावा. पेपर नॅपकिनची डबल घडी करून त्यावर वांगे ठेवा. झाकण न ठेवता ५ मिनिटे 'High' सेटिंगवर ठेवा.

मधूनच वांगे उलटवून घ्या व 'High' सेटिंगवर १० मिनिटे ठेवा. गार झाल्यावर, वांग्याचे साल काढून घ्या. आतील गर चांगला एकजीव करा. मोठ्या बाऊलमध्ये दही, कांदा, कोथिंबीर, हिरवी मिरची, मीठ, जिरेपूड एकत्र करा. त्यामध्ये वांग्याचा गर घाला.

दुसऱ्या बाऊलमध्ये तेल, मोहरी, कढीपत्ता घ्या. पेपर नॅपकिनचे झाकण ठेवा व 'High' सेटिंगवर २ मिनिटे ठेवा. ही फोडणी वांग्याच्या मिश्रणावर घाला. वरून लाल तिखट घाला.

गार करून सर्व्ह करा.

Combination Oven असेल तर वांगे भाजायला Combination वापरावे. त्याने खरपूस वास येतो.

■

पालकाची कोशिंबीर (अंदाजे ४ माणसांसाठी)

साहित्य

१ मध्यम आकाराची पालकजुडी, १ कांदा बारीक चिरलेला,
१ टीस्पून तूप, १ टीस्पून जिरे, अर्धा टीस्पून हिंग,
१ टीस्पून चिरलेला लसूण, चवीप्रमाणे मीठ,
दीड कप घट्ट दही.

कृती

पालक बारीक चिरून घ्यावा. एका भांड्यात तूप, जिरे, हिंग,

लसूण घालावे. झाकण ठेवून ओव्हनमध्ये 'High'वर २ मिनिटे ठेवा. मधूनच ढवळून घ्यावे. त्यात कांदा घाला व पुन्हा 'High' सेटिंगवर ३ मिनिटे ठेवा. त्यात चिरलेला पालक घाला, ढवळून घ्या व 'High' सेटिंगवर ४ मिनिटे ठेवा. मधूनमधून ढवळून घेणे जरुरीचे. पालक शिजला, की रूम टेंपरेचरला गार होऊ द्यावा. त्यात दही व मीठ घालून सर्व्ह करावे. पालकाची पाने जून असल्यास पालक शिजायला वेळ लागतो. त्याप्रमाणे २-३ मिनिटे वेळ वाढवावा.

■

दुधी रायता

(अंदाजे ३ जणांसाठी)

साहित्य

१ कप किसलेला दुधी, १ कप दही,
१ टीस्पून जिरेपूड (जिरे भाजून पूड करावी),
१ टीस्पून चिरलेली कोथिंबीर, मीठ चवीप्रमाणे,
थोडेसे लाल तिखट,

कृती

एका भांड्यात ३ कप पाणी घ्या व त्यात १ कप किसलेला दुधी घाला. ओव्हनमध्ये 'High' सेटिंगवर ५ मिनिटे ठेवा. गार झाल्यावर दुध्याचा कीस पिळून घ्या. दुसऱ्या भांड्यात दही, जिरेपूड, कोथिंबीर, मीठ घालून एकत्र करा. त्यात दुध्याचा कीस घाला. सर्व्ह करण्याआधी तिखट भुरभुरा व गार करा.

■

टोमॅटो चटणी

साहित्य

अर्धा किलो लाल टोमॅटो, १ इंच आले बारीक चिरलेले,
१ टीस्पून मोहरी, अर्धा टीस्पून हिंग,
अर्धा टीस्पून उडीद-डाळ, पाव टीस्पून हळद,
अर्धा टीस्पून लाल तिखट, १ टीस्पून धणे पावडर,
चवीप्रमाणे मीठ, ५ कढीपत्ता पाने, १ टीस्पून साखर,
१ टीस्पून तूप, अर्धा टीस्पून रसम् पावडर,
१ टीस्पून तेल.

कृती

टोमॅटो बारीक चिरून घ्यावेत. उडीद-डाळ १० मिनिटे भिजत

घालावी. एका मोठ्या भांड्यात तेल, आले, मोहरी, हिंग, हळद, उडीद-डाळ एकत्र करावे. झाकण ठेवून ओव्हनमध्ये 'High' सेटिंगवर २ मिनिटे ठेवा. त्यात टोमॅटो, तिखट, धणेपूड, मीठ, कढीपत्ता घाला. चांगले ढवळून घ्या. झाकण ठेवून 'High' सेटिंगवर १०-१२ मिनिटे शिजवून घ्यावे. मिश्रण मधूनमधून ढवळून घ्यावे. या मिश्रणात साखर, रसम् पावडर व तूप घाला. एकत्र करून पुन्हा 'High' सेटिंगवर ३-४ मिनिटे ठेवा. ही चटणी फ्रीजमध्ये ८ दिवस चांगली टिकते.

मँगो चटणी (आम की चटनी)

साहित्य

दीड कप कच्ची कैरी किसलेली (साले काढून किसणे),
१ टीस्पून आले रस (रस काढताना अजिबात पाणी वापरू नये.)
१ टीस्पून लसूण रस (रस काढताना अजिबात पाणी वापरू नये.)

१ कप साखर,	अर्धा कप व्हिनिगर,
१ टीस्पून तिखट,	दीड टिस्पून मीठ,
पाव टीस्पून गरम मसाला,	अर्धा टीस्पून मिरपूड.

कृती

एका मोठ्या भांड्यात साखर व व्हिनिगर एकत्र करणे. झाकण न ठेवता ओव्हनमध्ये 'High' सेटिंगवर ५ मिनिटे ठेवा. मधूनच ढवळून घ्या 'Medium-High' सेटिंगवर ३ मिनिटे ठेवा. आता त्यात कैरीचा कीस घाला. चांगले ढवळून घ्या. झाकण न ठेवता ओव्हनमध्ये 'High' सेटिंगवर ४ मिनिटे ठेवा. मधूनमधून ढवळून घ्या. त्यामध्ये आले रस, लसूण रस घाला व ओव्हनमध्ये 'High' सेटिंगवर २ मिनिटे ठेवा. त्यात तिखट, मीठ, गरम मसाला, मिरपूड घाला. ही चटणी चांगली ढवळून घ्या व रूम टेंपरेचरला गार होऊ द्या.

फ्रीजमध्ये ही चटणी ३ महिने टिकते.

चिंचेची चटणी

साहित्य

४०० ग्रॅम चिंच, ८ कप पाणी,   ४०० ग्रॅम गूळ,

पाव कप जिरे भाजून पूड करावी,
३ टीस्पून मिरपूड,
४ टीस्पून मीठ,
दीड टीस्पून लाल तिखट,
पाऊण कप ब्राऊन शुगर,
४ टीस्पून सैंधव मीठ.

कृती

४०० ग्रॅम चिंच ६ कप पाण्यामध्ये २ तास भिजत घालावी. नंतर चिंचेचा कोळ तयार करा. या कोळात दोन कप पाणी घाला. गूळ चिरून घाला. झाकण ठेवून १० मिनिटे ओव्हनमध्ये 'High' सेटिंगवर ठेवा. मधूनमधून ढवळा. त्यात जिरेपूड, तिखट, मिरपूड, ब्राऊन शुगर घाला. झाकण न ठेवता ८ मिनिटे ओव्हनमध्ये 'High' सेटिंगवर ठेवावे. मधूनच ढवळून घ्या. त्यात मीठ, सैंधव मीठ घालावे. चवीप्रमाणे तिखट-मिठाचे प्रमाण कमी-जास्त करा. रूम टेंपरेचरला गार करा. फ्रीजमध्ये २-३ दिवस टिकते.

* दही पकोडी, आलूचाट वगैरेबरोबर ही चटणी चविष्ट लागते.

व्हाईट सॉस (अंदाजे एक कप)

साहित्य

२ टीस्पून लोणी,
अर्धा टीस्पून मीठ,
२ टीस्पून मैदा, १ कप दूध,
अर्धा टीस्पून मिरपूड.

कृती

एका भांड्यात लोणी घ्या व मायक्रोवेव्ह ओव्हनमध्ये 'High' सेटिंगवर २० सेकंद ठेवा. त्यात मैदा घाला, ढवळून घ्यावे व ओव्हनमध्ये 'High' सेटिंगवर ३० सेकंद ठेवावे. त्यात हळूहळू दूध घाला. मैद्याची गुठळी होऊ देऊ नये. आता एकदा सर्व चांगले एकत्र करून घ्या. मीठ, मिरपूड घालावी. ओव्हनमध्ये 'High' सेटिंगवर ३-४ मिनिटे ठेवा. मधूनमधून मिश्रण ढवळून घ्या. सॉस घट्ट होत जाईल. मिश्रणाला एक प्रकारची तकाकी येईल.

* चीझ सॉस करावयाचा असल्यास वरील सॉसमध्ये ५० ग्रॅम चीझ किसून घाला व ओव्हनमध्ये 'High' सेटिंगवर १ मिनिट ठेवा. आपल्या आवडत्या उकडलेल्या भाज्यांवर हा सॉस घालून आपण झटपट नवीन डिश बनवू शकतो.

शेजवान सॉस

साहित्य

अर्धा कप बारीक चिरलेला लसूण, अर्धा टोमॅटो केचप,
अर्धा कप तेल, २ टीस्पून तिखट, अर्धा कप चिली सॉस,
अर्धा कप सोयासॉस पाव कप व्हिनिगर,
अर्धा टीस्पून लाल रंग, एक टीस्पून साखर,
अर्धा टीस्पून मीठ, अर्धा टीस्पून अजिनोमोटो.

कृती

चिलीसॉस, केचप, सोयासॉस, व्हिनिगर, रंग, साखर, मीठ, अजिनोमोटो हे सर्व एकत्र करून घ्या. एका मोठ्या भांड्यात तेल व लसूण एकत्र करा. ओव्हनमध्ये 'High' सेटिंगवर ५ मिनिटे ठेवा. मधूनमधून ढवळून घ्या. त्यात तिखट घालावे, ढवळून पुन्हा १ मिनिट 'High' सेटिंगवर ठेवा. त्यात सर्वप्रथम तयार केलेले मिश्रण घालावे. भांडे पुन्हा 'High' सेटिंगवर ५ मिनिटे ठेवावे. झाकण ठेवावे. मधूनमधून ढवळून घ्यावे. हा सॉस फ्रीजमध्ये २-३ दिवस टिकतो.

** कुठल्याही कमी चमचमीत पदार्थांबरोबर हा सॉस सर्व्ह केल्यास त्या पदार्थाची रंगत वाढते.*

** उभे चिरलेले गाजर, काकडी ह्याबरोबर पण हा सॉस 'डिप' म्हणून सर्व्ह करू शकतो.*

■

कॅरेमल सॉस *(अंदाजे १ कप)*

साहित्य

४०० ग्रॅम कंडेन्स्ड मिल्क, २० ग्रॅम लोणी,
पाऊण कप मलई, पाव कप ब्राऊन शुगर,
१ टीस्पून कस्टर्ड पावडर

कृती

सर्व साहित्य १ लीटर बाऊलमध्ये एकत्र करावे. चांगले ढवळून घ्यावे. कस्टर्ड पावडरच्या गुठळ्या होऊ देऊ नका. ओव्हनमध्ये 'Medium-High' सेटिंगवर ३ ते ५ मिनिटे ठेवा. मधूनमधून ढवळून घ्या. गार वा गरम कसाही सर्व्ह करता येतो. आईस्क्रीम, केक यांवर

हा सॉस ओतून सर्व्ह केल्यास आईस्क्रीम, केकची चव आणखीन वाढेल.

** आवडत असल्यास या सॉसमध्ये १-२ थेंब व्हॅनिला इसेन्स वापरावा.*

■

जर्दाळू व अननसाचा जॅम

साहित्य

२५० ग्रॅम सुकलेले जर्दाळू, ७५० ग्रॅम साखर,
१ लिंबाचा रस, १ छोटा अननस, ३ कप पाणी.

कृती

जर्दाळू ३ कप पाण्यात ८ तास भिजत घाला. नंतर आतले बदाम काढून घ्यावेत. एका भांड्यात हे जर्दाळू व ज्यात भिजत घातले होते तेच पाणी घेऊन ओव्हनमध्ये 'High' सेटिंगवर १५ मिनिटे ठेवावे. मधूनमधून ढवळून घ्या. त्यात अननसाचे बारीक तुकडे घालावे व 'High' सेटिंगवर ५ मिनिटे ठेवावे. त्यात साखर, लिंबाचा रस घाला. झाकण ठेवून 'High' सेटिंगवर १७-१८ मिनिटे ठेवावे. मधूनमधून ढवळून घ्यावे. जॅम दाटसर झाला पाहिजे. 'Medium-High' वर २ मिनिटे ठेवा. जरूर वाटल्यास ३ मिनिटे आणखीन वेळ वाढवा. थंड झाला, की बाटलीत भरा.

■

संत्र्याचे मार्मालेड *(अंदाजे ८ कप)*

साहित्य

४ मोठी संत्री, मध्यम आकाराची २ लिंबे,
५ कप पाणी, दीड किलो साखर.

कृती

फळं स्वच्छ धुऊन घ्या. मग उभी पातळ चिरावीत. बिया काढून टाकाव्यात. ही फळं रात्रभर ५ कप पाण्यात भिजत घालावीत. दुसऱ्या दिवशी एका मोठ्या बाऊलमध्ये फळं व ज्यात भिजत घातले ते पाणी घ्या. ओव्हनमध्ये 'High' सेटिंगवर २० मिनिटे ठेवा. झाकण ठेवा. त्यात साखर घाला. नीट ढवळून घ्या व ओव्हनमध्ये झाकण न ठेवता १ तास ठेवा. १० मिनिटे कमी-जास्त लागू शकतील. जेली सेट होईल. मधूनमधून ढवळणे खूपच जरुरीचे आहे. शेवटी शेवटी जेली

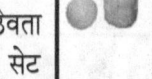

सेट होत असताना तर लक्ष ठेवणे खूपच जरुरीचे आहे. थंड झाले, की बाटलीमध्ये भरून ठेवा.

स्ट्रॉबेरी जॅम

साहित्य

२ कप सबंध स्ट्रॉबेरी,   १ लिंबाचे किसलेले साल,
पाव कप लिंबू रस,   २ कप साखर.

कृती

एका मोठ्या भांड्यात कापलेल्या स्ट्रॉबेरीज्, लिंबाचे साल किसलेले व लिंबाचा रस एकत्र करा. झाकण ठेवून ओव्हनमध्ये 'High' सेटिंगवर ३ मिनिटे ठेवा. त्यात साखर घाला. ढवळून साखर विरघळून घ्या. ओव्हनमध्ये 'High' सेटिंगवर २० मिनिटे ठेवा. शिजताना मधूनमधून ढवळणे खूप जरुरीचे आहे. गार झाल्यावर बाटलीमध्ये भरा.

नाश्त्याचे प्रकार (स्नॅक्स)

खालील पदार्थ मायक्रोवेव्ह ओव्हनमध्ये नेहमीच्याच पारंपरिक पद्धतीएवढे चविष्ट होतात, हे करून बघितल्याशिवाय खरे वाटणार नाही! वेळ वाचवण्यासाठी काही सोप्या टिप्स्...

ढोकळा
सुरळीच्या वड्या
कोथिंबीर वड्या
मेथी वड्या (मुठिया)
पालक पफ् पेस्ट्री
उपमा
साबूदाणा खिचडी
पोहे
चीझ ऑम्लेट
अंडा बुर्जी (भुर्जी)
गोड शंख (Scones)
मिनी पिझ्झा
पॉपकॉर्न
खारे दाणे/खारे काजू
मसाला पापड
रवा भाजणे
ब्रेड-क्रम्स करणे
पोळ्या गरम करणे

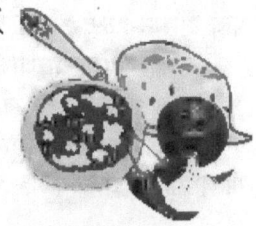

ढोकळा *(अंदाजे २० ढोकळे)*

साहित्य

१ कप रवा, १ कप दही, १ कप पाणी, अर्धा टीस्पून हळद,
१ टीस्पून मीठ, दीड टीस्पून इनो, अर्धा टीस्पून मोहरी,
दीड टीस्पून तेल, १ टीस्पून चिरलेली कोथिंबीर,
४-५ बारीक चिरलेल्या हिरव्या मिरच्या, ५ कढीपत्ता पाने.

कृती

रवा, दही, पाणी, मीठ, हळद हे सर्व एकत्र करून २-३ तास झाकून ठेवा. एका चौकोनी डिशला आतून थोडे तेल लावून ठेवा. आता वरील मिश्रणात इनो घाला. चटकन ढवळा व तेल लावलेल्या डिशमध्ये ओता. पेपर नॅपकिनने किंवा क्लिंग्ज फिल्मने (cling film) डिश झाका. 'Medium-High' सेटिंगवर साधारण १२ मिनिटे ठेवा. तेल गरम करून त्यात मोहरी, मिरची, कढीपत्ता घालून फोडणी तयार करा. ही फोडणी तयार झालेल्या ढोकळ्यावर घाला. वरून कोथिंबीर घाला. छान चौकोनी तुकडे करून सर्व्ह करा.

** मायक्रोवेव्ह ओव्हनमध्ये 'वाफवून' घेण्यासाठी वेगळ्या प्रकारची भांडी (steaming vessels) बाजारात मिळतात.*

त्या भांड्यांत पाणी घालून, वर ढोकळा किंवा मुठियाची डिश ठेवल्यास पदार्थ उत्तम होतो. फक्त डिशला आपण जे झाकण घातले आहे, ते थोडे उघडे ठेवावे, म्हणजे वाफ बाहेर पडेल.

■

सुरळीच्या पाटवड्या *(अंदाजे ३० वड्या)*

साहित्य

१ कप बेसन, १ कप आंबट ताक, १ कप पाणी, अर्धा टीस्पून मीठ,
पाव टीस्पून हळद पाव टीस्पून हिंग, अर्धा टीस्पून तिखट.

कांद्या-खोबऱ्याच्या सारणासाठी

१ वाटी खवलेले ओले खोबरे, पाव वाटी बारीक चिरलेली कोथिंबीर,
१ मोठा कांदा बारीक चिरलेला, १ हिरवी मिरची - बारीक चिरलेली,
मीठ, साखर चवीप्रमाणे.

(१ टीस्पून तेल, अर्धा टीस्पून हिंग, अर्धा टीस्पून मोहरी फोडणीसाठी)

कृती

एका बाऊलमध्ये बेसन, ताक, पाणी, मीठ एकत्र करून घ्या. त्यात हिंग, हळद, तिखट घाला. 'Medium-High' सेटिंगवर हे मिश्रण ६ मिनिटे ठेवा. मधूनमधून ढवळणे खूपच जरुरीचे आहे. 'High' सेटिंगवर पुन्हा हे मिश्रण ३ मिनिटे ठेवा. मिश्रण चांगले घट्ट होईल. हे मिश्रण आता मोठ्या ट्रे अथवा प्लेट, ताटावर चांगले पसरून घ्या. हे काम खूप झटपट केले पाहिजे. सारणासाठी सांगितलेल्या सर्व गोष्टी एकत्र करून घ्याव्या. १ टीस्पून तेलाची हिंग, मोहरी घालून फोडणी करा व गार होऊ द्या. ही गार फोडणी सारणावर घाला. ट्रेमध्ये आपण जे मिश्रण पसरले आहे, त्यावर हे सारण घाला. सुरीने दीड इंचाच्या उभ्या पट्ट्या कापून घ्या. या पट्ट्या हलक्या हाताने घट्ट गुंडाळा व शोभिवंत भांड्यात सजवा.

कोथिंबीर वड्या

(अंदाजे २० वड्या)

साहित्य

१ कप बेसन,
१ कप बारीक चिरलेली कोथिंबीर,   पावणे दोन कप पाणी,
१ टीस्पून हिरवी मिरची, आले पेस्ट,   चवीप्रमाणे मीठ, अर्धा टीस्पून हिंग,
अर्धा टीस्पून गरम मसाला,   पाव टीस्पून हळद,
वड्या तळण्यासाठी तेल.

कृती

एका बाऊलमध्ये बेसन व पाणी एकत्र करून पीठ भिजवा. 'Medium-High' सेटिंगवर ४ मिनिटे ठेवा. मधूनमधून ढवळून घ्या. झाकण ठेवू नये. या मिश्रणात कोथिंबीर, आले-मिरची पेस्ट, मीठ, हिंग, गरम मसाला, हळद घाला. एकत्र करून घ्या. 'High' सेटिंगवर ४ मिनिटे ठेवा. हे मिश्रण थंड होण्यासाठी एका ट्रेमध्ये ओता. व्यवस्थित थापून घ्या. गार झाल्यावर वड्या कापा. गॅसवर कढईत तेल गरम करून छान तळून घ्या.

मेथी वड्या (मुठिया) *(अंदाजे ४ जणांसाठी)*

साहित्य

१ कप मेथी - बारीक चिरलेली,
१ कप कणीक किंवा बेसन,
३ टीस्पून तेल,
पाव टीस्पून हळद,
अर्धा टीस्पून हिंग,
१ टीस्पून आले-मिरची पेस्ट,
१ टीस्पून मीठ, २ टीस्पून साखर,
पाव कप दुधी किसलेला,
२ टीस्पून दही,
१ टीस्पून तिखट,
पाव टीस्पून खायचा सोडा,
डिशला लावण्यासाठी तेल.

कृती

सर्व साहित्य एकत्र करून जरूर वाटली, तर पाण्याचा उपयोग करून, पीठ चांगले मऊ भिजवा. या पिठाच्या छोट्या छोट्या मुठिया वळा किंवा मोठा उंडा करा. हे मुठिया तेल लावलेल्या डिशमध्ये 'Medium-High' वर ३-४ मिनिटे ठेवा. डिशला cling film चे किंवा बटर पेपरचे झाकण ठेवा. गार झाल्यावर सर्व्ह करा.

टीप : आपल्याला आवडत असल्यास वड्या तळून घेऊ शकता.

■

पालक पफ् पेस्ट्री

साहित्य

३ जुड्या चिरलेला पालक,
१ कांदा
चवीप्रमाणे मीठ, मिरपूड,
१ टीस्पून तूप,
अर्धा कप बारीक चिरलेले मशरूम,
अर्धा कप किसलेले चीझ,
१ पॅकेट पफ् पेस्ट्री,
२ टीस्पून व्हाईट सॉस.

कृती

पालक शिजवून वाटून घ्या. एका बाऊलमध्ये तूप घ्या. त्यात चिरलेला कांदा घाला. 'High' सेटिंगवर ३ मिनिटे ठेवा. त्यात वाटलेला पालक, मशरूम घाला. चांगले ढवळून घ्या. झाकण ठेवून 'High' सेटिंगवर ३ मिनिटे ठेवा. मधूनमधून ढवळून घ्या. त्यात मीठ, मिरपूड घाला. थंड झाल्यावर चीझ, व्हाईट सॉस घाला. पफ् पेस्ट्री लाटून घ्या. ८ इंच × ८ इंच; अर्धा इंच जाडी त्यावर वरील मिश्रण घाला. घट्ट गुंडाळी करून घ्या. (स्विस रोल, अळूवडी, सुरळीची वडी याप्रमाणे) एका बेकिंग डिशला तूप लावा. या डिशमध्ये

ही पफ् पेस्ट्री ठेवा. प्रिहीटेड ओव्हनमध्ये १० मिनिटे ठेवा. एकदा उलटून पुन्हा ५ मिनिटे ठेवा. गार झाल्यावर कापून सर्व्ह करा.

* या पदार्थासाठी convection ओव्हनची जरुरी आहे किंवा combination with grill.

* ओव्हन प्रिहीट १९०°C (३७५°-F) वर करा. पेस्ट्री १९°-C वर बेक करा. पेस्ट्री ब्राऊन झाली पाहिजे. वेळ जरुरीप्रमाणे कमी-जास्त करा.

* काही ठिकाणी पफ् पेस्ट्रीचे पाकीट विकत मिळत नसल्यास खारी बिस्किटे वापरून आपण हा पदार्थ करू शकतो. त्याकरता आपल्याला नुसत्या मायक्रोवेव्ह ओव्हनची जरुरी आहे. पसरवण्याचे मिश्रण तयार करून घ्या. नंतर खारी बिस्किटे घ्या. त्यांचे दोन दोन थर वेगळे करा. म्हणजे एका बिस्किटाची दोन बिस्किटे होतील. त्यावर थोडे थोडे मिश्रण घाला. एका प्लेटमध्ये सर्व बिस्किटे ठेवा व 'High' सेटिंगवर १-२ मिनिटे ठेवा. सर्व्ह करताना थोडेसे चीझ प्रत्येक बिस्किटावर घाला.

उपमा

साहित्य

१ टीस्पून उडीद-डाळ (ही डाळ ५ मिनिटे पाण्यात भिजत घालावी),
१ कप रवा, १ टीस्पून तूप, १ बारीक चिरलेला कांदा,
१ टीस्पून बारीक चिरलेले आले, ४-५ कढीपत्त्याची पाने,
दीड कप पाणी (गरम करून घ्यावे), अर्धा टीस्पून मोहरी,
अर्धा कप बारीक चिरलेली कोथिंबीर.

कृती

एका सपाट डिशमध्ये रवा पसरून घ्या. 'High' सेटिंगवर २ मिनिटे ठेवा. थोडे तूप रव्यामध्ये मिसळून घ्या. 'High' सेटिंगवर १ मिनिट ठेवा. आता दुसऱ्या बाऊलमध्ये उरलेले तूप, मोहरी, आले, कढीपत्ता, उडीद-डाळ, कांदा घाला. सर्व चांगले ढवळून घ्या. 'High' सेटिंगवर २ मिनिटे ठेवा. त्यात आता रवा, मीठ, कोथिंबीर, पाणी घाला. ढवळा. झाकण ठेवून व 'High' सेटिंगवर २ मिनिटे ठेवा. एकदा मधूनच ढवळा. गरम गरम सर्व्ह करा.

साबूदाणा खिचडी

साहित्य

दीड कप साबूदाणा (२ तास आधी धुऊन ठेवावा),
पाऊण कप दाण्याचे कूट,   १ टीस्पून तूप, अर्धा लिंबाचा रस,
अर्धा टीस्पून जिरे, पाव कप कोथिंबीर,   अर्धा टीस्पून साखर
१ बटाटा (साले काढून फोडी कराव्यात), ३ चिरलेल्या हिरव्या मिरच्या,
मीठ चवीप्रमाणे.

कृती

एका बाऊलमध्ये तूप घ्या व 'High' सेटिंगवर ३० सेकंद ठेवा. त्यात हिरवी मिरची, जिरे, बटाटे घालून ढवळून घ्या. 'High' सेटिंगवर २ मिनिटे ठेवा. त्यात साबूदाणा, दाण्याचे कूट, मीठ, साखर घाला. चांगले ढवळून घ्या. 'High' सेटिंगवर ३ मिनिटे ठेवा. झाकण ठेवा. कोथिंबीर, नारळ घाला व पुन्हा 'High' सेटिंगवर १ मिनिट ठेवा. सर्व्ह करण्याआधी लिंबाचा रस घालून ढवळून घ्या.

गरमच सर्व्ह करा. ∎

कांदा पोहे

साहित्य

२ मध्यम कांदे (कांदे बारीक चिरून घ्यावेत),
१ टीस्पून तेल,   २ कप पोहे,
अर्धा टीस्पून मोहरी,   अर्धा टीस्पून जिरे, अर्धा टीस्पून हिंग,
अर्धा टीस्पून हळद,   १ लिंबाचा रस,
पाव कप चिरलेली कोथिंबीर,   मीठ-साखर चवीप्रमाणे,
५ कढीपत्त्याची पाने,   १ टीस्पून ओले खोबरे,
३ चिरलेल्या हिरव्या मिरच्या.

कृती

एका बाऊलमध्ये तेल घ्या व 'High' सेटिंगवर २० सेकंद ठेवा. त्यात मोहरी, जिरे, हिंग, कढीपत्ता, कांदा, हळद घाला. एकत्र करा. झाकण ठेवा. 'High' सेटिंगवर

२ मिनिटे ठेवा. त्यात पोहे, मीठ, साखर, लिंबाचा रस, कोथिंबीर घाला व नीट ढवळून घ्या. 'High' सेटिंगवर ४ मिनिटे ठेवा. झाकण ठेवा. मधूनच ढवळा. जरा पाण्याचा शिबका द्या. वरून नारळाचा चव घालून गरम सर्व्ह करा.

चीझ ऑम्लेट (अंदाजे २ जणांसाठी)

साहित्य
३ अंडी, २ टीस्पून दूध,
१ वाटी किसलेले चीझ,
१ टीस्पून चिरलेली कोथिंबीर.
मीठ-मिरपूड चवीप्रमाणे,
१ चिरलेला कांदा बारीक,

कृती
अंडी चांगली फेटून घ्यावी. त्यात दूध, मीठ, चीझ, मिरपूड, कांदा, कोथिंबीर घाला. चांगले घुसळून घ्या. एका प्लेटला तूप लावावे व त्यात हे मिश्रण घाला. 'Medium-High' सेटिंगवर ४-५ मिनिटे ठेवा. नंतर दोन-एक मिनिटानंतर ऑम्लेट मध्ये दुमडून घ्या.

सर्व्ह करताना वरून थोडे चीझ घाला.

* बाजारात 'मायक्रोवेव्ह ओव्हन'मध्ये ऑम्लेट करण्यासाठी खास वेगळ्या प्रकारच्या प्लेट्स मिळतात. त्या प्लेट्सचा उपयोग करून आपण स्टफ्ड (भरलेली) ऑम्लेट्स जास्त चांगल्या प्रकारे करू शकू.

अंडा बुर्जी (भुर्जी) (अंदाजे २ जणांसाठी)

साहित्य
२ अंडी फेटलेली,
१ मध्यम बारीक चिरलेला टोमॅटो,
चिरलेली अर्धा भोपळी मिरची,
अर्धा कप मलई,
१ टीस्पून तेल,
१ टीस्पून पातळ-उभे चिरलेले आले
१ मध्यम बारीक चिरलेला कांदा,
२ चिरलेल्या हिरव्या मिरच्या,
२ टीस्पून दूध,
अर्धा कप चिरलेली कोथिंबीर,
मीठ चवीप्रमाणे.

कृती

एका बाऊलमध्ये तेल घ्या व १० सेकंद 'High' सेटिंगवर ठेवा. त्यात कांदे, टोमॅटो, भोपळी मिरची, हिरवी मिरची, कोथिंबीर घाला. ढवळून 'High' सेटिंगवर ३ मिनिटे ठेवा. मधूनमधून ढवळून घ्या. त्यात फेटलेली अंडी, मीठ घाला व 'High' सेटिंगवर दीड मिनिट ठेवा. मधूनमधून ढवळून घ्या. त्यात दूध, मलई, आले घाला. चांगले ढवळून घ्या.

'Medium' सेटिंगवर १ मिनिट ठेवा. गरम सर्व्ह करा.

गोड शंख (scones) (अंदाजे १२ नग)

साहित्य

३ कप सेल्फ रेझिंग फ्लोअर,   पाऊण टीस्पून मीठ,
७५ ग्रॅम बारीक तुकडे केलेले लोणी,   २ फेटलेली अंडी,
२ टीस्पून साखर,   पाऊण कप दूध
२ टीस्पून लोणी.

कृती

सेल्फ रेझिंग पीठ आणि मीठ एकत्र करा. त्यात लोण्याचे तुकडे कुस्करून घाला. हे मिश्रण रवाळ म्हणजे ब्रेडच्या चुऱ्याप्रमाणे दिसेल. त्यात साखर घाला. अंडी, दूध एकत्र करा व हळूहळू वरच्या मिश्रणात घालून छान मऊ पीठ मळून ठेवा. या पिठाची ३ सेंटीमीटर जाडीची पोळी लाटून घ्या. स्कोन कटरने स्कोन कापा. ब्राऊनिंग डिश 'High' सेटिंगवर ६ मिनिटे ठेवून गरम करा. आता या डिशला लोणी लावा व अर्धे स्कोन्स 'High' सेटिंगवर २ मिनिटे ठेवा. स्कोन्सना उलटून घ्या. पुन्हा 'High' सेटिंगवर ३ मिनिटे ठेवा. अशा प्रकारे सर्व स्कोन शिजवून घ्या.

जॅम आणि क्रीमबरोबर सर्व्ह करा.

मिनी पिझ्झा (अंदाजे २ जणांसाठी)

साहित्य

४ छोटे तयार पिझ्झा-बेस,   पाऊण कप किसलेले चीझ,
१ चिरलेला टोमॅटो,   १ हिरवी मिरची,

२ टीस्पून टोमॅटो पेस्ट किंवा टोमॅटो केचप,
२ टीस्पून बारीक चिरलेले मशरूम,
१ मध्यम बारीक चिरलेला कांदा, अर्धी चिरलेली भोपळी मिरची,
१ टीस्पून ओरिगॅनो किंवा अर्धा टीस्पून ओवा.

कृती

एका प्लेटला थोडेसे लोणी लावा. त्यावर बेस ठेवा. त्यावर सर्व साहित्य घाला. वर 'High' सेटिंगवर ५ मिनिटे ठेवा. गरम सर्व्ह करा. बेसवर प्रथम केचप लावा. नंतर मशरूम, टोमॅटो, कांदा, भोपळी मिरची, हिरवी मिरची, ओरिगॅनो व शेवटी चीझ घाला. ■

पॉपकॉर्न

साहित्य

अर्धा कप पॉपकॉर्नचे दाणे, २ टीस्पून तेल, अर्धा टीस्पून मीठ,
पाव टीस्पून हळद, अर्धा टीस्पून लाल तिखट किंवा मिरपूड.

कृती

एका मोठ्या बाऊलमध्ये तेल, मक्याचे दाणे, मीठ, हळद, तिखट घाला. एकत्र करून घ्या. 'High' सेटिंगवर १ मिनिट ठेवा. झाकण ठेवू नये. मधूनच ढवळून घ्या. आता या बाऊलला क्लिंज फिल्म लावून झाकण घाला. क्लिंज फिल्मचे टोक थोडेसे दुमडून थोडी जागा वाफ जाण्यासाठी ठेवा. 'High' सेटिंगवर ५ मिनिटे ठेवा. या वेळेपर्यंत जवळजवळ सगळे दाणे फुलले असतील; पण काही वेळा थोडे दाणे राहतात. यासाठी बाऊलचे झाकण न काढता ओव्हनबाहेर बाऊल ३ मिनिटे ठेवा. नंतर कव्हर काढून सर्व्ह करा.

मसालेदार दाणे

साहित्य

१ कप शेंगदाणे, १ टीस्पून तेल, पाव टीस्पून लाल तिखट,
पाव टीस्पून मीठ, पाव टीस्पून आमचूर.

कृती

दाणे एका प्लेटमध्ये पसरून ठेवा. 'High' सेटिंगवर ही प्लेट

३-४ मिनिटे ठेवा. गार झाल्यावर दाण्याची साले काढा. या सोललेल्या दाण्यांना सर्व मसाला लावा व 'High' सेटिंगवर २ मिनिटे ठेवा. सर्व्ह करताना आवडत असल्यास कांदा घालता येतो.

* ***दाण्याचे कूट :*** *वरीलप्रमाणे साले काढून नंतर मिक्सरमध्ये कूट करून घ्या. हे दाणे भाजल्यानंतर रंगाला लालसर होत नाहीत. त्यामुळे सालासकट कूट करता येतो.*

■

खारे काजू

साहित्य

१ कप काजू (सालाशिवाय) १ टीस्पून तेल, पाव टीस्पून मीठ,
अर्धा टीस्पून आमचूर, पाव टीस्पून मिरपूड.

कृती

एका प्लेटमध्ये काजू पसरून ठेवा व ही प्लेट 'High' सेटिंगवर ८ मिनिटे ठेवा. अधूनमधून ढवळून घ्या. या काजूला सर्व मसाला लावावा व तेल चोळून घ्या. 'High' सेटिंगवर १ मिनिट ठेवा. १ कप बदाम भाजायला साधारण ६-७ मिनिटे लागतात. कुठल्याही प्रकारचे दाणे भाजताना लक्ष ठेवा. काही वेळा दाणे छान कुरकीरत असतील, तर भाजायला वेळ कमी लागेल.

■

मसाला पापड *(अंदाजे ३ जणांसाठी)*

साहित्य

३ पापड, १ बारीक चिरलेला कांदा, अर्धा टीस्पून तिखट,
अर्धा टीस्पून मीठ, ३ टीस्पून ओल्या नारळाचा चव,
अर्धा लिंबाचा रस, अर्धा टीस्पून तेल, १ टीस्पून चिरलेली कोथिंबीर.

कृती

प्रत्येक पापडाला दोन्ही बाजूंनी तेल लावून घ्या. १ पापड घ्या व 'High' सेटिंगवर ३० सेकंद ठेवा. उलटा करून पुढे ३० सेकंद ठेवा. हा पापड छान भाजून निघेल. तेल लावल्यामुळे तळल्यासारखा होतो. अशा प्रकारे सर्व पापड भाजून घ्या. या पापडांवर कांदा, खोबरे, कोथिंबीर, मीठ घाला. लिंबाचा रस घाला. लगेच सर्व्ह

करा. पार्टीच्या आधी, आपल्याला लागणारे सर्व पापड आपण भाजून हवाबंद डब्यात साठवू शकता. आयत्या वेळी कांदा वगैरे घालून सर्व्ह करा. वर सांगितल्याप्रमाणे तेल न लावता साधा पापड भाजता येतो.

जरा जाड पापड; जसे बटाट्याचे – तर या वेळी थोडे पाणी लावून भाजा.

रवा भाजणे

साहित्य

पाव कप रवा.

कृती

सर्व रवा एका प्लेटमध्ये पसरून घ्या. 'High' सेटिंगवर ही प्लेट १ मिनिट ठेवा. मधून ढवळून घ्या. गार झाल्यावर बंद डब्यात ठेवा.

केशर भाजणे

साहित्य

पाव टीस्पून केशर, १ टीस्पून दूध किंवा पाणी

कृती

एका लहान बाऊलमध्ये केशर घ्या. 'High' सेटिंगवर १५ सेकंद ठेवा. केशर चांगले गरम व कुरकरीत होईल. यात दूध घाला, चांगले मिक्स करा व 'High' सेटिंगवर २० सेकंद ठेवा.

ब्रेड-क्रम्स करणे

साहित्य

१ कप ब्रेडचे तुकडे (१ दिवस शिळ्या ब्रेडचे जास्त चांगले)

कृती

ब्रेडचे तुकडे घ्या एका प्लेटमध्ये 'High' सेटिंगवर ४ मिनिटे ठेवा. मधूनच ढवळावे. हे तुकडे कुरकुरीत होतील. गार झाल्यावर मिक्सरमधून बारीक करून घ्या. आठ-दहा दिवस हे क्रम्स छान टिकतात. पॅटिस, फिश, ब्रेड पुडिंग, बेकड्

डिशसाठी हे क्रम्स वापरता येतात. ओव्हनप्रमाणे मायक्रोवेव्ह बाहेरून गरम होत नाही. तसेच दरवाजा उघडल्यावर मायक्रोवेव्ह ओव्हन आपोआप बंद होतो. त्यामुळे मधूनच हलवून घेणे अगदी सोपे जाते.

पोळ्या गरम करणे

साहित्य
५ पोळ्या.

कृती
पोळ्या पेपर नॅपकिन किंवा कापडाच्या नॅपकिनमध्ये ठेवा. 'High' सेटिंगवर ३०-४० सेकंद ठेवा. पोळ्या छान गरम होतील. जास्त वेळ ठेवल्यास पोळ्या कडक होतात.

वेगवेगळ्या डाळी, कडधान्य साठवण्यापूर्वी

साहित्य
अर्धा किलो कुठलीही डाळ वा कडधान्य

कृती
ही डाळ एका बाऊल वा प्लेटमध्ये पसरून 'High' सेटिंगवर २-३ मिनिटे ठेवा. एकदा ढवळून घ्या. थंड झाल्यावर डब्यात भरून ठेवा. अशा प्रकारे आपण डाळी, कडधान्ये यांना किड्यांपासून वाचवू शकू व त्यांना पावसाळ्यात बुरशी लागणार नाही.

काही टिप्स

- टोमॅटोची साले जर काढायची असतील, तर टोमॅटोला काट्याने सर्व बाजूंनी टोचे मारून घ्या. 'High' सेटिंगवर १ मिनिट १ टोमॅटो या हिशेबाने ठेवा. ५ मिनिटे ओव्हनबाहेर थंड होऊ द्या. नंतर साल काढा.

- लसणाची साले काढायची असल्यास एका प्लेटमध्ये सर्व लसूण-पाकळ्या पसरून घ्या. ३०-४० सेकंद **'High'** सेटिंगवर ठेवा. साले चटकन निघतील.

भाताचे प्रकार (राईस डिशेस्)

'भात' हे भारतातील मुख्य व सर्वांचे आवडते अन्न आहे. सर्व प्रांतांमध्ये रोजच्या जेवणात भाताला प्राधान्य दिले जाते. प्रत्येक गृहिणीला साधा भात कसा करावा, हे माहीत असते; पण मायक्रोवेव्ह ओव्हनमध्ये जर का साध्या भाताचे तंत्र जमले, तर कुठल्याही प्रकारचा भात करणे कठीण नाही. मायक्रोवेव्ह ओव्हनमध्ये भात करताना थोडी काळजी घेतली नाही, तर मात्र भलताच प्रसंग येतो व बिघडलेल्या भातामुळे प्रश्नचिन्ह उभे राहते. म्हणून वेगवेगळ्या प्रकारच्या भातांमध्ये प्रथम क्रमांकावर साधा भात देत आहे.

साधा भात
मसाले भात
जिरा राईस
एग फ्राइड राईस
पिलाफ
खिचडी
मटार पुलाव
खिमा पुलाव
मशरूम काबुली चणे पुलाव
चिकन बिर्याणी
व्हेजिटेबल बिर्याणी
अननस भात

साधा भात   (अंदाजे ४ जणांसाठी)

साहित्य
१ कप बासमती तांदूळ,   २ कप पाणी.

कृती
तांदूळ स्वच्छ धुऊन २० मिनिटे पाण्यात घालावेत. एका मोठ्या बाऊलमध्ये तांदूळ व पाणी एकत्र करून ओव्हनमध्ये 'High' सेटिंगवर १२ मिनिटे ठेवा. झाकण ठेवू नये. भात शिजत असताना मधेच एकदा ढवळून घ्या. भात शिजला, की त्यावर झाकण ठेवून ओव्हनबाहेर ५ मिनिटे तसाच ठेवा. म्हणजे वाफेवर पुढे भात थोडा शिजेल.

* या भातात थोडासा लिंबाचा रस घातला, तर भात अधिक मोकळा व स्वच्छ पांढरा होतो.
* भात नेहमी जेवायच्या काट्याने उकरून घ्यावा.

मसाले भात   (अंदाजे ८ जणांसाठी)

साहित्य
२ कप तांदूळ
पाव किलो तोंडली (तोंडल्याचे ४-४ उभे तुकडे करा),
अर्धी वाटी बारीक चिरलेली कोथिंबीर,   २ हिरव्या मिरच्या,
१ टीस्पून मसाला,   २ टीस्पून काजू तुकडे,
अर्धी वाटी ओले खोबरे,   अडीच टीस्पून दही,
१ टीस्पून तिखट,   चवीप्रमाणे मीठ,
४ कप पाणी.

मसाले भातासाठी मसाला : धणे, जिरे, लवंगा, दालचिनी, थोडे शहाजिरे. हा सर्व मसाला कच्चा कुटून घ्या.

कृती
एका मोठ्या बाऊलमध्ये तेल, मोहरी, हिंग, हळद घाला. झाकण ठेवा. 'High' सेटिंगवर १ मिनिट ठेवा. त्यात तोंडली, मिरच्या घाला. परतून घ्या. 'High' सेटिंगवर १ मिनिट ठेवा. त्यात तांदूळ, पाणी, तिखट, मीठ, मसाला,

काजू घालावेत. 'High' सेटिंगवर १२ मिनिटे ठेवा. नंतर दही, कोथिंबीर, खोबरे घालून पुन्हा 'High' सेटिंगवर ८ मिनिटे ठेवा. ढवळून 'Medium-High'वर ३ मिनिटे ठेवा. भात झाल्यावर झाकण ठेवा.

आयत्या वेळी ओले-खोबरे, कोथिंबीर घालून गरम गरम सर्व्ह करा.

■

जिरा राईस *(अंदाजे ४ जणांसाठी)*

साहित्य

१ कप बासमती तांदूळ, २ टीस्पून तूप,
१ बारीक चिरलेला कांदा, २ लवंगा, २ टीस्पून जिरे,
पाव कप काजूचे तुकडे, २ वेलदोडे, २ काड्या दालचिनी,
१ टीस्पून वाटलेले आले, १ टीस्पून वाटलेला लसूण,
चवीप्रमाणे मीठ.

कृती

तांदूळ स्वच्छ धुऊन अर्धा तास पाण्यात भिजत घालावेत. एका मोठ्या बाऊलमध्ये तूप घ्यावे. त्यात लवंग, दालचिनी, जिरे, वेलदोडे, आले, लसूण, कांदा घाला. 'High' सेटिंगवर ३ मिनिटे ठेवा. अधूनमधून ढवळा. त्यात तांदूळ, काजू, मीठ घाला. परतून घ्या व 'High' सेटिंगवर २ मिनिटं ठेवा. आता त्यात २ कप पाणी घाला. मधूनच ढवळून घ्या. 'High' सेटिंगवर १२ मिनिटे ठेवा. भात झाल्यानंतर झाकण ठेवा. ओव्हनबाहेर भात झाकण ठेवून ५ मिनिटे ठेवा. म्हणजे वाफेवर भात आणखीन शिजेल. हा जिरा राईस चमचमीत चिकन-करी किंवा कढीबरोबर सर्व्ह करा.

■

एग फ्राइड राईस *(अंदाजे ४-६ जणांसाठी)*

साहित्य

१ कप तांदूळ, २ टीस्पून तेल, १ टीस्पून चिरलेला लसूण,
१ टीस्पून चिरलेले आले, अर्धा टीस्पून ठेचलेला लसूण,
पाव कप चिरलेले गाजर, चिरलेली अर्धी भोपळी मिरची,
६-८ चिरलेले मशरूम, ३ बारीक चिरलेले पातीचे कांदे,
२ अंडी, १ टीस्पून सोयासॉस, १ टीस्पून अजिनोमोटो,

पाव टीस्पून मिरपूड, चवीप्रमाणे मीठ.
गाजर, भोपळीमिरची उभी चिरून घ्यावी.

कृती

एका बाऊलमध्ये दीड कप पाणी घ्या. त्यात तांदूळ घाला. 'High' सेटिंगवर १२ मिनिटे ठेवा. भात झाला, की झाकण ठेवा. ५ मिनिटांनंतर काट्याने उपसून गार करा. दुसऱ्या बाऊलमध्ये आले, लसूण, तेल, कांदा, गाजर, भोपळी मिरची, मशरूम घाला. 'High' सेटिंगवर ४ मिनिटे ठेवा. मधूनच ढवळून घ्या. अंडे फोडून त्यात मीठ, मिरपूड घाला. फेटून घ्या. त्याचे ऑम्लेट करा व पातळ उभ्या पट्ट्या कापा. आता भात, भाज्या एकत्र करा. अर्ध्या ऑम्लेट पट्ट्या घाला. सोयासॉस घाला, अजिनोमोटो घाला. सर्व एकत्र करा.
सर्व्ह करताना ऑम्लेटच्या पट्टीने डेकोरेट करा.

पिलाफ   (अंदाजे ३ जणांसाठी)

साहित्य

३० ग्रॅम लोणी,   १ बारीक चिरलेला कांदा,
१ कप बासमती तांदूळ,   २५ ग्रॅम बेदाणे तळून घ्या,
दीड कप चिकन किंवा व्हेजिटेबल स्टॉक (गरम),
चवीप्रमाणे मीठ, मिरपूड,   ५० ग्रॅम काजू तळून घ्या.

कृती

एका बाऊलमध्ये लोणी घ्या. त्यात चिरलेला कांदा घाला. 'High' सेटिंगवर २-३ मिनिटे ठेवा. त्यात तांदूळ, मीठ, मिरपूड घाला. परतून घ्या. 'High' सेटिंगवर २ मिनिटे ठेवा. त्यात गरम स्टॉक घाला. 'High' सेटिंगवर १३ मिनिटे ठेवा. पिलाफ शिजला, की झाकण ठेवा. काजू, बेदाणे घाला. काट्याने सारखे करा. झाकण ठेवा. गरम सर्व्ह करा.

खिचडी   (अंदाजे ४ जणांसाठी)

साहित्य

अर्धा कप तांदूळ,   अर्धा कप मूग डाळ,
२ कप पाणी (गरम),   १ टीस्पून मीठ,

अर्धा टीस्पून हळद, १ टीस्पून तूप,
२ टीस्पून बारीक चिरलेला कांदा, १ टीस्पून आले-लसूण पेस्ट,
२ चिरलेल्या हिरव्या मिरच्या, दीड टीस्पून जिरे,
१ टीस्पून जिरे पावडर.

कृती

तांदूळ, डाळ स्वच्छ धुऊन घ्या व अर्धा तास भिजत घाला. आता मोठ्या बाऊलमध्ये तांदूळ, मूगडाळ, पाणी, मीठ, हळद घाला. झाकण ठेवा. १३ मिनिटे 'High' सेटिंगवर ठेवा. मधूनमधून ढवळा. 'Medium-High'वर ५ मिनिटे ठेवा. ओव्हनबाहेर झाकण ठेवून बाऊल ५ मिनिटे ठेवा. दुसऱ्या बाऊलमध्ये तूप, कांदा, आले, लसूण, मिरची, जिरे घाला. झाकण ठेवून 'High' सेटिंगवर ४ मिनिटे ठेवा. हे मिश्रण तयार खिचडीवर घाला. वरून जिरेपूड घाला. कढी, पापड, लिंबाच्या लोणच्याबरोबर गरम गरम सर्व्ह करा. आवडत असल्यास वरून तूप घाला.

मटार पुलाव (अंदाजे ४ जणांसाठी)

साहित्य

१ कप बासमती तांदूळ, पाऊण कप मटाराचे दाणे,
२ टीस्पून तूप, अर्धा कप बारीक चिरलेला कांदा,
२ लवंगा, २ वेलदोडे, २ दालचिनी काड्या,
१ टीस्पून आले पेस्ट, १ टीस्पून लसूण पेस्ट,
२ तमालपत्र पाने, अडीच कप पाणी.
पाव कप किसलेले चीझ, मीठ चवीप्रमाणे.

कृती

तांदूळ धुऊन अर्धा तास पाण्यात भिजत घाला. एका मोठ्या बाऊलमध्ये तूप घ्या. त्यात लवंग, दालचिनी, तमालपत्र, कांदा, आले, लसूण घाला. 'High' सेटिंगवर २ मिनिटे ठेवा. नंतर त्यात मटाराचे दाणे घाला व परतून घ्या. अर्धा कप पाणी घालावे. 'High' सेटिंगवर २ मिनिटे ठेवा. त्यात तांदूळ, मीठ, पाणी घाला. 'High' सेटिंगवर १२ मिनिटे ठेवा. भात झाल्यावर झाकण ठेवा. सर्व्ह करण्याआधी किसलेले चीझ घाला.

खिमा पुलाव *(अंदाजे ५ जणांसाठी)*

साहित्य

पाऊण कप बासमती तांदूळ
२५० ग्रॅम खिमा,
अर्धा कप बारीक चिरलेला कांदा,
२ टीस्पून बारीक चिरलेला लसूण,
२ टीस्पून बारीक चिरलेले आले,
अर्धा कप घरगुती टोमॅटो प्यूरी,
अर्धा टीस्पून तिखट,
१ काडी दालचिनी, १ टीस्पून जिरे,
२ लवंगा, २ वेलदोडे,
१ मसाला वेलची, ४ मिरे, १ तमालपत्र,
दीड कप पाणी,
पाव कप बारीक चिरलेली कोथिंबीर,
१ टीस्पून मीठ, १ टीस्पून जिरेपूड
२ हिरव्या मिरच्या

कृती

तांदूळ स्वच्छ धुऊन अर्धा तास भिजत घाला. खिमा स्वच्छ धुऊन घ्या. एका मोठ्या बाऊलमध्ये कांदा व खिमा एकत्र करून झाकण न ठेवता 'High' सेटिंगवर ५ मिनिटे ठेवा. हाताने खिमा सारखा करून घ्या. त्यात लसूण, आले, टोमॅटो प्यूरी, दालचिनी, जिरे, लवंगा, वेलची, वेलदोडा, मिरे, तमालपत्र घाला व चांगले मिक्स करा झाकण ठेवून 'High' सेटिंगवर ५ मिनिटे ठेवा. मधूनच ढवळून घ्या. त्यात तांदूळ, पाणी घाला. काट्याने चांगले मिक्स करा. झाकण ठेवा व ७ मिनिटे 'High' सेटिंगवर ठेवा. त्यात कोथिंबीर, मीठ, तिखट, जिरेपूड, मिरची या वस्तू घाला. झाकण ठेवा. 'High' सेटिंगवर ३ मिनिटे ठेवा. गरम सर्व्ह करा.

■

मशरूम काबुली चणे पुलाव *(अंदाजे ४ जणांसाठी)*

साहित्य

१ कप बासमती तांदूळ,
२ टीस्पून तेल, २ टीस्पून लोणी,
पाव कप बारीक चिरलेला कांदा,
४ मिरे, १ टीस्पून चिरलेले आले,
१ टीस्पून चिरलेला लसूण,
१ काडी दालचिनी, दीड कप पाणी,
२ लवंगा, १ तमालपत्र, १ बडी वेलची,
अर्धा कप चिरलेले मशरूम,
पाव कप भिजवलेले काबुली चणे,
पाव टीस्पून तिखट,
सव्वा टीस्पून मीठ,
पाव टीस्पून जिरेपूड
पाव टीस्पून गरम मसाला,
पाव टीस्पून मिरपूड.

कृती

तांदूळ धुऊन अर्धा तास भिजत घाला. एका मोठ्या बाऊलमध्ये तेल, लोणी, कांदा, आले, लसूण, मिरे, वेलची, दालचिनी, लवंग, तमालपत्र घाला. झाकण ठेवून 'High' सेटिंगवर ४ मिनिटे ठेवा. मधूनच ढवळून घ्या. त्यात तांदूळ, मशरूम, चणे घाला. 'High' सेटिंगवर झाकण ठेवून ३ मिनिटे ठेवा. त्यात पाणी, तिखट, जिरेपूड, मिरपूड घाला व 'High' सेटिंगवर १२ मिनिटे ठेवा. त्यात गरम मसाला, मीठ घाला व काट्याने सारखे करा. झाकण ठेवून ५ मिनिटे ओव्हनबाहेर ठेवा. गरम सर्व्ह करा.

चिकन बिर्याणी
(अंदाजे ४ जणांसाठी)

साहित्य : चिकनसाठी

७५० ग्रॅम मध्यम आकाराचे तुकडे केलेले चिकन,

२ टीस्पून आले,	१ टीस्पून लसूण, ६ हिरव्या मिरच्या,
चवीप्रमाणे मीठ, १ टीस्पून हळद,	३ बारीक चिरलेले मध्यम कांदे,
२ मध्यम चिरलेले टोमॅटो,	१ जुडी कोथिंबीर (१ कप चिरलेली),
२ टीस्पून खोबरे, ३ टीस्पून तेल,	३ लवंगा, १ दालचिनी काडी,
२ तमालपत्रे, ४ मिरे,	१ टीस्पून बडीशेप, १ टीस्पून तिखट,
३ टीस्पून धणेपूड, पाव कप दही,	२ उकडलेली अंडी, २ कप पाणी.

कृती

आले, लसूण, हिरवी मिरची वाटून घ्या. हे वाटण, हळद, मीठ चिकनला लावून १ तास मुरण्यासाठी ठेवा. एका बाऊलमध्ये चिकनचे तुकडे, २ कप पाणी घ्या. 'High' सेटिंगवर ४ मिनिटे ठेवा. दुसऱ्या बाऊलमध्ये तेल घ्या. त्यात लवंग, दालचिनी, तमालपत्र, मिरे घाला. 'High' सेटिंगवर अर्धा मिनिट ठेवा. त्यात कांदा घाला व 'High' सेटिंगवर ३ मिनिटे ठेवा. मधूनमधून ढवळून घ्या. त्यात तिखट, धनेपूड, बडीशेप, टोमॅटो घाला. 'High' सेटिंगवर १ मिनिट ठेवा. त्यात दही, खोबरे, कोथिंबीर घाला. 'High' सेटिंगवर ३ मिनिटे ठेवा. त्यात चिकनच्या बाऊलमधले सर्व घाला. चांगले ढवळून घ्या व 'High' सेटिंगवर ५ मिनिटे ठेवा. झाकण ठेवा.

साहित्य : भातासाठी

३०० ग्रॅम तांदूळ (अंदाजे दीड कप),

अडीच कप पाणी, २ लवंगा, १ मसाला वेलची, २ मिरी, चवीप्रमाणे मीठ, १ टीस्पून तूप, पाव टीस्पून तंदुरी रंग, पाव वाटी पाणी.

कृती

तांदूळ धुऊन १ तास पाण्यात भिजत घाला. एका बाऊलमध्ये पाणी, तांदूळ, लवंग, वेलची, मिरी, मीठ घाला. 'High' सेटिंगवर १८-२५ मिनिटे ठेवा. भात शिजला की, त्यावर तूप घाला. नंतर चमच्याच्या टोकाने भातात दोन-चार छिद्रे पाडून घ्या. पाव वाटी पाण्यात रंग घाला. आता हे पाणी भातात केलेल्या छिद्रात घाला. झाकण ठेवा. भात हलवू नये. थोडा वेळ, अंदाजे ५ मिनिटांनंतर हे बाऊल 'Medium-High' सेटिंगवर ३ मिनिटे ठेवा. नंतर उलथण्याच्या टोकाने भात मोकळा करावा. आपणाला दिसेल की, भाताची काही शिते पांढरी आहेत व काही शेंदरी. या भाताला बिर्याणी राईस असे म्हणतात.

सजावटीसाठी

२ कांदे उभे पातळ चिरलेले, १ टीस्पून बदाम काप, १ टीस्पून गुलाबपाणी, १ टीस्पून बेदाणे, ५ पुदिना पाने,

कृती

एका मोठ्या बाऊलमध्ये खाली तुपाचा हात फिरवून घ्या. त्यात चिकनचा थर घाला. नंतर त्यावर भाताचा थर घालावा. मधे मधे बदाम, बेदाणे घाला. असे थर सर्व चिकन व भात संपेपर्यंत लावा. भाताचा थर शेवटी येईल याकडे लक्ष द्या. या तयार बिर्याणीवर गुलाबपाणी शिंपडा. कांदे ब्राऊन रंगाचे होईपर्यंत तळून घ्या (तळून डब्यात आधी १ दिवस ठेवता येते). कांदे बिर्याणीवर घाला. वरून पुदिन्याची पाने घाला. बाऊलला घट्ट झाकण लावा. 'Medium-High' सेटिंगवर ५ मिनिटे ठेवा. तळलेले पापड, कांद्याची कोशिंबीर यासमवेत ही बिर्याणी सर्व्ह करा. ही बिर्याणी अतिशय चविष्ट होते. सर्व्ह करताना वरून उकडलेल्या अंड्याचे तुकडे घालून सर्व्ह करा. ■

व्हेजिटेबल बिर्याणी *(अंदाजे ६ जणांसाठी)*

साहित्य : अ

अर्धा किलो तांदूळ, पाव किलो बटाटे,

पाव किलो टोमॅटो, पाव किलो फ्लॉवर, २ गाजरे,
पाव किलो कांदे, (यातील अर्धे कांदे उभे चिरून, तळून घ्या.)
पाव किलो भोपळी मिरची, १ वाटी मटार दाणे,
अर्धा वाटी चिरलेली फरसबी.

मसाला : आ

१ टीस्पून धणे, १ टीस्पून खसखस,
१ टीस्पून जिरे, २-३ लवंगा, ६ मिरे,
२ काड्या दालचिनी, २ इंच आले,
६-७ लसूण पाकळ्या, ८-९ हिरव्या मिरच्या,
२ टीस्पून मीठ, ८-९ काड्या पुदिना, ५ वेलदोडे,
पाव टीस्पून हळद, २ कांदे.

इ.

काजू, बेदाणे, बदाम १ कप.

ई

पाव कप तूप

कृती

सर्व भाज्या उभ्या चिरून घ्या. सर्व मसाला छान वाटून घ्या. काजू, बदाम, बेदाणे तळून घ्या. बटाटे उभे चिरून वाफवून घ्या. एका बाऊलमध्ये तूप घाला. यात वाटलेला मसाला घाला व परतून घ्या. झाकण ठेवून ३ मिनिटे 'High'वर ठेवा. त्यात सर्व भाज्या घाला. अर्धा कप पाणी घाला व अर्धा 'High' वर १० मिनिटे ठेवा. झाकण ठेवा. सर्व भाज्या शिजल्या पाहिजेत. जरूर वाटल्यास अजून २-३ मिनिटे ठेवा. दुसऱ्या बाऊलमध्ये तांदूळ, मीठ, पाणी घ्या व १२ मिनिटे 'High'वर ठेवा. नंतर काट्याने सारखे करा व झाकण ठेवा. आता मोठ्या भांड्यात खाली तळाला थोडे तूप लावा. त्यावर थोड्या बटाट्याच्या फोडी घाला. त्यावर भात व भाज्या घाला. असे एकावर एक थर करा. वरून तळलेले काजू, बेदाणे, बदाम, कांदा घाला. झाकण ठेवून 'High'वर ४ मिनिटे ठेवा. आवडत असल्यास केवडा इसेन्स किंवा गुलाबपाणी भातावर शिंपडा.

■

अननस भात

साहित्य

२ वाट्या जुना तांदूळ, दीड वाटी साखर,
२ ते ३ वाट्या अननसाच्या फोडी, ८ लवंगा, ३ काड्या दालचिनी,
पाव वाटी काजूचे तुकडे, पाव वाटी बेदाणा, बदामकाप,
४ टीस्पून तूप, थोडे केशर, थोडा केशरी खाण्याचा रंग.

कृती

साखरेचा गोळीबंद पाक करा. यात केशर, रंग, अननसाच्या फोडी घाला. एका बाऊलमध्ये तूप घ्या. त्यात लवंग, दालचिनीचे तुकडे घाला. झाकण ठेवा व 'High'वर ४० सेकंद ठेवा– त्यात तांदूळ घाला व परता. 'High' वर २ मिनिटे ठेवा. मधून ढवळा. त्यात गरम पाणी घाला व 'High'वर १४ मिनिटे ठेवा. भात मोकळा शिजला, की झाकण ठेवा. या भातात अननसाचा पाक+फोडी घाला. बेदाणे, काजू, बदाम घाला. काट्याने सारखे करून घ्या. झाकण ठेवून 'Medium-High' वर ३ मिनिटे ठेवा. पाक भातात जिरला पाहिजे. जरूर वाटल्यास आणखी वेळ वाढवा. गरम सर्व्ह करा. या भाताला अननसाचा छान वास येतो.

असाच हापूस आंब्याचा भात करता येतो.

भाज्यांचे प्रकार (व्हेजिटेबल करीज्)

खालील भाज्या यायला लागल्यावर, नंतर तुमच्या आवडीची कुठलीही भाजी करणे तुम्हाला सहज शक्य होईल.

आलू गोबी (गोभी)
व्हेजिटेबल जयपुरी
बेक्ड व्हेजिटेबल
मखानी पनीर
मसालेदार भेंडी
व्हेजिटेबल कोल्हापुरी
व्हेजिटेबल जालफ्राजे
फ्लॉवर, मटार, बटाटा करी
भोपळी मिरचीचे कायरस
वालाचे बिरडे
सुखे आलू
मशरूम मटार भाजी

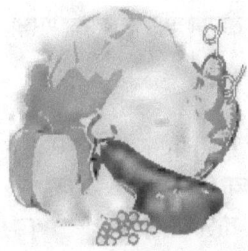
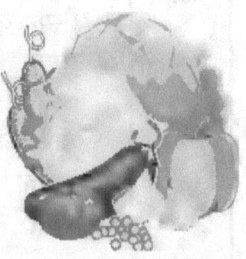

आलू गोबी (गोभी) (अंदाजे ४ जणांसाठी)

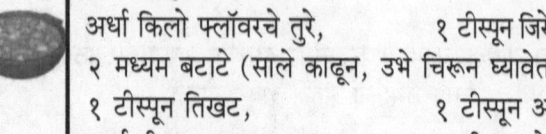

साहित्य
अर्धा किलो फ्लॉवरचे तुरे,   १ टीस्पून जिरे, १ बडी वेलची,
२ मध्यम बटाटे (साले काढून, उभे चिरून घ्यावेत),
१ टीस्पून तिखट,   १ टीस्पून आले पेस्ट,
अर्धा टीस्पून हळद,   ३ टीस्पून तेल,
१ टीस्पून मिरपूड, २ टीस्पून मीठ, १ टीस्पून चिरलेली कोथिंबीर.

कृती
एका बाऊलमध्ये फ्लॉवरचे तुरे व बटाटे घ्या. त्यात दीड कप पाणी घालून 'High' सेटिंगवर १० मिनिटे ठेवा. गार झाल्यावर गाळून घ्या. पाणी टाकून द्या. दुसऱ्या बाऊलमध्ये तेल घ्या. 'High' सेटिंगवर ३० सेकंद ठेवा. त्यात जिरे, बडी वेलची, आले, हळद, मीठ घाला. 'High' सेटिंगवर १ मिनिट ठेवा. त्यात फ्लॉवर, बटाटे घाला. चांगले ढवळून घ्या. 'High' सेटिंगवर ३ मिनिटे ठेवा. त्यावर तिखट, मिरपूड, कोथिंबीर घाला. एकत्र करून गरम सर्व्ह करा.

■

व्हेजिटेबल जयपुरी (अंदाजे ४ जणांसाठी)

साहित्य
अर्धी वाटी तेल,   अर्धी वाटी कच्चा वाटलेला कांदा,
पाव वाटी बारीक चिरलेली भोपळी मिरची,
अर्धी वाटी चिरलेले प्रत्येकी : गाजर, फ्लॉवर, फरसबी, मटारचे दाणे,
अर्धी वाटी दही, ३ वाट्या पाणी, पाव वाटी किसलेले चीझ,
१ टीस्पून दालचिनी पूड,   अर्धा टीस्पून वेलची पूड,
अर्धा टीस्पून जायफळ पूड,   अर्धा टीस्पून मीठ,
अर्धा टीस्पून मिरपूड,   १ टीस्पून वाटलेले आले,
१ टीस्पून वाटलेला लसूण, २ टीस्पून वाटलेली हिरवी मिरची,
४ टीस्पून वाटलेली खसखस.

कृती
एका बाऊलमध्ये अर्धी वाटी तेल घ्या. 'High' सेटिंगवर ३० सेकंद ठेवा. त्यात कांदा घाला, परतून घ्या. 'High' सेटिंगवर २-३ मिनिटे ठेवा. त्यात दही, मिरपूड, दालचिनीपूड, वेलचीपूड,

जायफळपूड, मीठ, आले, लसूण, हिरवी मिरची, खसखस घाला. चांगले ढवळून घ्या. 'High' सेटिंगवर १ मिनिटे ठेवा. त्यात ३ वाट्या गरम पाणी घाला. 'High' सेटिंगवर ४ मिनिटे ठेवा. ग्रेव्ही तयार होईल. दुसऱ्या भांड्यात भाज्या घ्या. त्यामध्ये ३ वाट्या पाणी घाला. 'High' सेटिंगवर ६ मिनिटे ठेवा. नंतर भाज्या गाळून घ्या. पाणी टाकून द्या. या उकडलेल्या भाज्या तयार ग्रेव्हीमध्ये घाला. एकत्र करून. झाकण ठेवा. 'High' सेटिंगवर ५ मिनिटे ठेवा. मधूनमधून ढवळून घ्या. सर्व्ह करण्याआधी चीझ घाला.

■

बेक्ड व्हेजिटेबल *(अंदाजे ४ जणांसाठी)*

साहित्य

२ कांदे बारीक चिरलेले, १ बेक्ड बीन्सचा डबा,
अर्धा डबा स्वीट कॉर्न, १ टीस्पून तेल,
दीड कप मिक्स भाज्या वाफवून (फ्लॉवर, मटार, गाजर, फरसबी)
अर्धा कप शिजलेली मॅकरोनी, पाव कप किसलेले चीझ,
पाव कप टोमॅटो केचप, अर्धा टीस्पून तिखट,
पाव कप चीझ बिस्किटांचा चुरा, चवीप्रमाणे मीठ.
पाव टीस्पून ऑरिगॅनो किंवा ओवा.

कृती

एका बाऊलमध्ये तेल घ्या. त्यात कांदा घाला. झाकण ठेवून 'Medium' सेटिंगवर ३ मिनिटे ठेवा. मधूनमधून ढवळून घ्या. त्यात मॅकरोनी, बीन्स, स्वीट कॉर्न, भाज्या घाला. ढवळून घ्या. 'High' सेटिंगवर २ मिनिटे ठेवा. एका चौकोनी डिशला तूप लावा. त्यात हे मिश्रण घाला. वरून चीझ घाला. शेवटी बिस्किटांचा चुरा घाला ३-४ मिनिटे 'High' सेटिंगवर ठेवा. convectional oven असल्यास १९० अंश सें.वर ५ मिनिटे बेक करा.

** ओव्हन १९० अंश सें.ला. प्रिहीट करून घ्या.*

■

मखानी पनीर *(अंदाजे ४ जणांसाठी)*

साहित्य

२५० ग्रॅम पनीर (२ सेंटिमीटर लांबीचे तुकडे करणे),

१ टीस्पून लाल तिखट, १ टीस्पून साखर,
२ कप साले काढून चिरलेले टोमॅटो, ३ हिरव्या मिरच्या,
पाव कप चिरलेली कोथिंबीर, १ टीस्पून आले उभे चिरलेले,
२ टीस्पून लिंबू रस, २ टीस्पून मीठ, अर्धा टीस्पून गरम मसाला,
पाव कप मलई.

कृती

एका बाऊलमध्ये तिखट, साखर व टोमॅटोचे तुकडे घ्या. 'Medium-High' वर ९ मिनिटे ठेवा. मधूनच ढवळून घ्या. ढवळताना चमच्याने टोमॅटो स्मॅश करून घ्या. गार झाल्यावर मिक्सरमधून वाटून घ्या. त्यात हिरवी मिरची, कोथिंबीर, आले, लिंबू-रस घाला. झाकण ठेवून 'High' सेटिंगवर ३ मिनिटे ठेवा. त्यात पनीर, मीठ, गरम मसाला, मलई घाला. चांगले मिक्स करा. झाकण ठेवून 'Medium'वर ४ मिनिटे ठेवा. तंदूरी रोटी, नान वगैरेंबरोबर गरम सर्व्ह करा.

■

मसालेदार भेंडी

(अंदाजे ४ जणांसाठी)

साहित्य

२५० ग्रॅम भेंडी (भेंडीचे फक्त वरचे देठ कापावेत),
२ टीस्पून तेल, १ टीस्पून जिरे, १ हिरवी मिरची, अर्धा टीस्पून हळद,
पाव कप प्यूरी केलेले टोमॅटो, १ टीस्पून ठेचलेला लसूण,
१ टीस्पून सांबार पावडर, १ टीस्पून चिरलेली कोथिंबीर,
१ टीस्पून जिरेपूड, १ टोमॅटो बारीक चिरलेला,
पाऊण टीस्पून तिखट, अर्धा टीस्पून मीठ.

कृती

एका बाऊलमध्ये तेल, जिरे, मिरची घ्या. झाकण ठेवा व 'High' सेटिंगवर ३ मिनिटे ठेवा. त्यात भेंडी, प्यूरी केलेले टोमॅटो, हळद, सांबार पावडर घाला. चांगले ढवळून घ्या. दुसऱ्या चौकोनी डिशमध्ये भेंडीचा नीट थर पसरून घ्या. झाकण ठेवा व 'High' सेटिंगवर ४ मिनिटे ठेवा. त्यात लसूण, जिरे पावडर, कोथिंबीर, टोमॅटो घाला. ढवळून घ्या. झाकण ठेवून 'High' सेटिंगवर ठेवा. त्यात लाल, तिखट, मीठ घालून चांगले ढवळून घ्या. झाकण ठेवून ३ मिनिटे ओव्हनबाहेर ठेवा.

■

व्हेजिटेबल कोल्हापुरी   (अंदाजे ३ जणांसाठी)

साहित्य

५० ग्रॅम फरसबी, ७५ ग्रॅम गाजर,
२०० ग्रॅम टोमॅटो,
६ लसूण पाकळ्या, ४ हिरव्या मिरच्या,
१ कप कोथिंबीर चिरलेली,
दीड टीस्पून तेल,
७५ ग्रॅम फ्लॉवर, ७५ ग्रॅम मटारदाणे,
२ कांदे बारीक चिरलेले,
१ इंच आले, चवीप्रमाणे मीठ,
पाव टीस्पून धणे, ५ काश्मिरी मिरच्या,
पाव वाटी किसलेले चीझ.

कृती

एका बाऊलमध्ये फरसबी, गाजर, फ्लॉवर, मटार घ्या. त्यात भाज्या बुडेपर्यंत पाणी घाला. 'High' सेटिंगवर ५ मिनिटे वाफवून घ्या. हिरवी मिरची, आले, लसूण, काश्मिरी मिरची, कोथिंबीर यांची चटणी वाटून घ्या. एका दुसऱ्या भांड्यात तेल घ्या. त्यात कांदा घाला. 'High' सेटिंगवर २ मिनिटे परतून घ्या. मधूनमधून ढवळून घ्या. त्यावर वाटलेला मसाला, टोमॅटो, हळद, धणेपूड, भाज्या, मीठ घालून ढवळून घ्या. 'High' सेटिंगवर १ मिनिट ठेवा. अर्धा वाटी पाणी घाला, पुन्हा 'High' सेटिंगवर २ मिनिटे ठेवा.
चीझ घालून सर्व्ह करा.

व्हेजिटेबल जालफ्राजे   (अंदाजे ४ जणांसाठी)

साहित्य

३ कप चिरलेल्या भाज्या (सिमला मिरची, गाजर, मटार, बटाटा, फरसबी),
२ कांदे बारीक चिरलेले,
४ हिरव्या मिरच्या बारीक चिरलेल्या,
१ टीस्पून कोथिंबीर,
१ टीस्पून तिखट, १ टीस्पून साखर,
३ पातीचे कांदे बारीक चिरलेले,
१ टीस्पून आले - लांब पातळ काप,
अर्धा कप टोमॅटो केचप,
३ टीस्पून तूप, चवीप्रमाणे मीठ.

कृती

सर्व भाज्या उभ्या चिरून घ्या. आपल्या आवडीप्रमाणे भाज्या घ्या. पण चिरल्यावर ३ कप झाल्या पाहिजेत. या भाज्या वाफवून घ्या. एका बाऊलमध्ये तूप घ्या. त्यात कांदा, आले घालावे. 'High' सेटिंगवर ४-५ मिनिटे ठेवा. मधूनमधून

ढवळून घ्या. त्यात सर्व वस्तू घाला. नीट ढवळून घ्या. 'High' सेटिंगवर ४ मिनिटे ठेवा. झाकण ठेवा. मधूनमधून ढवळून घ्या. कोथिंबीर घालून सर्व्ह करा. ग्रेव्ही होत असताना, जरूर वाटली, तर पाणी घाला.

फ्लॉवर, मटार, बटाटा करी (अंदाजे ४ जणांसाठी)

साहित्य

१ वाटी फ्लॉवरचे तुरे,
अर्धा वाटी मटारचे दाणे,
१ टीस्पून आले पेस्ट,
३ हिरव्या मिरच्या, २ कांदे,
पाव कप दही,
२ टीस्पून जिरे, मीठ चवीप्रमाणे,
पाव वाटी चिरलेली कोथिंबीर.

१ वाटी बटाट्याच्या फोडी,
पाव वाटी गाजराचे तुकडे,
अर्धा टीस्पून लसूण पेस्ट,
१ टोमॅटो, पाव कप मलई,
पाव टीस्पून गरम मसाला,
पाव टीस्पून हळद,

कृती

कांदे, मिरच्या, आले, लसूण चांगले वाटून घ्या. फ्लॉवर, बटाटा, गाजर, मटार एका बाऊलमध्ये घ्या. त्यात भाज्या बुडेपर्यंत पाणी घाला. मीठ, हळद घाला. 'High' सेटिंगवर ८ मिनिटे वाफवून घ्या. दुसऱ्या बाऊलमध्ये तेल घ्या. त्यात वाटलेला मसाला घालून ढवळून घ्या. झाकण ठेवून 'High' सेटिंगवर ३ मिनिटे ठेवा. मधूनच परतून घ्या. त्यात गरम मसाला, जिरे, टोमॅटो, कोथिंबीर, दही, मलई घालून चांगले परतून घ्या. 'High' सेटिंगवर २ मिनिटे ठेवा. त्यात वाफवलेल्या भाज्या घाला. चवीप्रमाणे मीठ, तिखट घाला. झाकण ठेवून 'Medium' सेटिंगवर ३ मिनिटे ठेवा. मधूनमधून ढवळून घ्या. कोथिंबीर घालून सर्व्ह करा.

भोपळी मिरचीचे कायरस (अंदाजे ४ जणांसाठी)

साहित्य : अ

२ टीस्पून धणे,
अर्धा टीस्पून तीळ,
चिमटीभर हिंग,
३-४ सुक्या मिरच्या.

अर्धा टीस्पून चणा डाळ,
४-५ चमचे मोहरी,
४-५ मेथीचे दाणे,

आ

अर्धी वाटी खोवलेला नारळ, थोडी चिंच (कोळून), थोडासा गूळ, चवीप्रमाणे मीठ, दीड टीस्पून तेल, मूठभर शेंगदाणे भिजत घाला, १ बटाटा मोठा, २ भोपळी मिरच्या, मोठे चौकोनी तुकडे करून चिरलेले.

कृती

एका बाऊलमध्ये अर्धा टीस्पून तेल घ्या व त्यात अ.चे सर्व साहित्य घाला. नीट परतून घ्या. झाकण ठेवा. 'High'वर ३ मिनिटे ठेवा, मधूनमधून ढवळा. चांगले परतून घ्या. जरूर वाटल्यास वेळ वाढवा. गार झाल्यावर वाटून घ्या. बटाट्याच्या चौकोनी फोडी करून वाफवून घ्या. त्यासाठी पाणी घालून 'High' सेटिंगवर ५ मिनिटे ठेवा. त्याचप्रमाणे भोपळी मिरची व दाणे थोडे पाणी घालून 'High'वर ४ मिनिटे वाफवून घ्या. आता मोठ्या बाऊलमध्ये १ टीस्पून तेल घ्या. त्यात वाटलेला मसाला घालून 'High'वर २ मिनिटे ठेवा. त्यात बटाट्याच्या फोडी, दाणे, भोपळी मिरची घाला. चिंचेचे पाणी, मीठ, गूळ व खोबरे घाला. चांगले एकत्र ढवळून घ्या. 'Medium-High' वर ६ मिनिटे ठेवा. मधूनमधून ढवळा.

गरम गरम सर्व्ह करा.

■

वालाचे बिरडे

(अंदाजे ४ जणांसाठी)

साहित्य

२५० ग्रॅम वाल सोललेले, ५० ग्रॅम काजू, १ टीस्पून जिरे, ४ लसूण पाकळ्या वाटलेल्या २ हिरव्या मिरच्या, पाव कप कोथिंबीर, २ काड्या दालचिनी, १ टीस्पून लाल तिखट, चिमूटभर हिंग, १ टीस्पून हळद, २ टीस्पून तेल, १ वाटी नारळाचे दूध, थोडा गूळ, थोडे पाणी, २ कोकम, चवीनुसार मीठ.

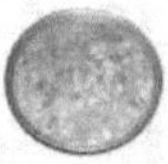

कृती

काजू, सोललेले वाल ५ मिनिटे कोमट पाण्यात भिजत ठेवा. लसूण, हिरवी मिरची, जिरे, कोथिंबीर व दालचिनी वाटून घ्या. वरील चटणी, हळद, हिंग व तिखटाबरोबर वाल व काजूंना लावा. हे

मिश्रण साधारण १० मिनिटे असेच ठेवा (मॅरिनेशन).

एका मोठ्या बाऊलमध्ये तेल घ्या. त्यात मोहरी, हिंग, हळद घाला. झाकण ठेवून 'High'वर २ मिनिटे ठेवा. त्यात आता वाल + काजू घाला. थोडे पाणी घालून झाकण ठेवा. 'High'वर ८ मिनिटे ठेवा. त्यात नारळाचे दूध, गूळ, कोकम, मीठ व जरूर वाटल्यास पुन्हा थोडे पाणी घाला. 'Medium-High'वर ४ मिनिटे ठेवा. कोथिंबीर घालून सर्व्ह करा.

** या प्रकारे, सर्व तऱ्हेच्या उसळी करता येतात. प्रथम मोड आलेली कडधान्ये पाण्यात घालून 'High'वर वाफवून घ्या. नंतर फोडणी करून, आवडीनुसार हवे ते साहित्य घालून उसळ करा.*

** भरलेल्या (स्टफ्ड) भाज्या Microwave ओव्हनमध्ये फारच सुंदर होतात. भरलेले टोमॅटो, भरली वांगी, भरलेली भेंडी, इ.इ. काळजी मात्र अशी घ्या, की टोमॅटो अथवा भेंडी (भरल्यानंतर) भांड्यात व्यवस्थित पसरून लावा. त्याच्यावर क्लिंग film ने झाकून 'Medium-High'वर शिजवावे.*

■

सुखे आलू

(अंदाजे ४ जणांसाठी)

साहित्य

३ मध्यम बटाटे, २ टीस्पून सैंधव मीठ, अर्धा टीस्पून मिरपूड,
१ टीस्पून धणेपूड, १ टीस्पून धणे खरडलेले, १ टीस्पून जिरेपूड,
१टीप्सून तेल, १ टीस्पून जिरे, १ टीस्पून बारीक चिरलेले आले,
१ लाल सुकी मिरची, अर्धा टीस्पून गरम मसाला,
१ टीस्पून आमचूर, १ टीस्पून वेलची दाणे.

कृती

बटाटे स्वच्छ धुऊन घ्या. जेवणाच्या काट्याने बटाट्यांना सर्व बाजूने टोचे मारा. पेपर नॅपकिनवर हे बटाटे 'High'वर १० मिनिटे ठेवा. ५ मिनिटांनी बटाटे उलटे करा. गार होण्यासाठी ओव्हनबाहेर ठेवा. साले काढून बटाट्याच्या फोडी करा. त्यांत सैंधव मीठ, मिरपूड, जिरेपूड, धणेपूड, धणे मिक्स करा. दुसऱ्या बाऊलमध्ये तेल, जिरे, आले, लाल मिरची घ्या. झाकण ठेवून ३ मिनिटे 'High' सेटिंगवर ठेवा. त्यात बटाट्याचे मिश्रण घालून चांगले ढवळून घ्या. झाकण ठेवून ३ मिनिटे 'High' सेटिंगवर ठेवा. त्यात गरम मसाला, आमचूर, वेलची दाणे

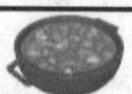

घालून झाकण ठेवा. गरम सर्व्ह करा.

* कृती १, २ ऐवजी बटाट्याची साले काढून चौकोनी फोडी करा. फोडी बुडतील, एवढे पाणी एका बाऊलमध्ये घ्या. ह्यात फोडी टाकून 'High' सेटिंगवर ७ मिनिटे ठेवा.

मशरूम मटार भाजी   (अंदाजे ४ जणांसाठी)

साहित्य

१ टीस्पून तेल,   १ टीस्पून बारीक चिरलेले आले,
पाव कप बारीक चिरलेला पातीचा कांदा आणि त्याची पात,
अर्धा टीस्पून ठेचलेला लसूण,   १ टीस्पून जिरे,
१ कप बारीक चिरलेला मशरूम,   पाव कप दही,
२ टीस्पून कोथिंबीर,   १ हिरवी मिरची चिरलेली,
१ कप मटारचे दाणे,   १ टीस्पून लिंबू रस,
१ टीस्पून मीठ, १ टीस्पून जिरेपूड,   अर्धा टीस्पून मिरपूड.

कृती

एका बाऊलमध्ये तेल, आले, कांदा, पात, जिरे एकत्र करावे. झाकण ठेवून 'High' सेटिंगवर ४ मिनिटे ठेवा. ढवळून घ्या. ह्यात मशरूम घाला व 'High' सेटिंगवर ३ मिनिटे ठेवा. त्यात दही, लसूण, कोथिंबीर, हिरवी मिरची, मटार घाला. झाकण ठेवून 'High' सेटिंगवर ५ मिनिटे ठेवा. मधूनच ढवळा. आता लिंबूरस, मीठ, जिरेपूड, मिरपूड घाला. छान मिक्स करा. झाकण ठेवून ५ मिनिटे ओव्हनबाहेर ठेवा.

* *मशरूम पाण्यात वाफवून घेतले तरी चालतील.*

सार, डाळ, कढी

जेवणाची रंगत वाढवणारे खालील काही नेहमीचेच, पण वेळखाऊ पदार्थ झटपट परंतु तितकेच चविष्ट बनतात.

मसुराची डाळ
उडदाचे वरण
गोळ्यांचे सांबार
टोमॅटोचे सार
अननसाचे सार
आमसुलाचे सार
कैरीचे सार
मक्याची कढी
दही कढी
सिंधी कढी

मसुराची डाळ

(अंदाजे ४-५ जणांसाठी)

साहित्य

२०० ग्रॅम मसूरडाळ,
दीड टीस्पून मीठ,
२ बारीक चिरलेले मध्यम कांदे,
अर्धा टीस्पून हिंग,
२ लसूणपाकळ्या बारीक चिरून,
१ टीस्पून गरम मसाला,

सव्वा तीन कप पाणी (गरम),
१ टीस्पून हळद, २ टीस्पून तूप,
१ टीस्पून जिरे,
१ टीस्पून बारीक चिरलेले आले,
२ टीस्पून लाल तिखट,
१ टीस्पून कोथिंबीर.

कृती

मसुराची डाळ ३ तास पाण्यात भिजत घाला. एका बाऊलमध्ये डाळ, गरम पाणी, हळद, मीठ घ्या. 'High' सेटिंगवर २० मिनिटे ठेवा. मधूनमधून डाळ हलवून घ्या. 'Medium-High' सेटिंगवर १० मिनिटे पुन्हा ठेवा. आता डाळ पूर्णपणे शिजली असेल. दुसऱ्या बाऊलमध्ये तूप, कांदा, आले, लसूण घ्या. झाकण ठेवून ३ मिनिटे 'High' सेटिंगवर ठेवा. त्यात जिरे, हिंग, तिखट घाला. 'High' सेटिंगवर १ मिनिट ठेवा. आता त्यात शिजलेली डाळ घाला. 'High' सेटिंगवर १ मिनिट ठेवा. सर्व्ह करताना गरम मसाला, कोथिंबीर घाला.

* डाळ नेहमीप्रमाणे प्रेशर कुक करून घ्या. पाककृती पुढे चालू ठेवूनसुद्धा ही डाळ करता येते.

उडदाचे वरण

साहित्य

अर्धी वाटी उडीद डाळ,
अर्धा चमचा मोहरी,
अर्धा टीस्पून हिंग,
२ आमसूल,
१ टीस्पून चिरलेला गूळ,

२ सुक्या लाल मिरच्या,
२ टीस्पून तेल,
१ टीस्पून ठेचलेली लसूण,
चवीप्रमाणे मीठ, तिखट,
दीड वाट्या पाणी.

कृती

उडीद डाळ प्रेशर कुक करून घ्या. एका बाऊलमध्ये तेल, मोहरी, लाल मिरच्या, लसूण, हिंग घ्या. झाकण ठेवा. 'High' सेटिंगवर २ मिनिटे ठेवा. वरणावर ही फोडणी घाला. मीठ, तिखट,

गूळ, आमसूल, पाणी घाला. 'High' सेटिंगवर ४ मिनिटे ठेवा. हे वरण गरम गरम सर्व्ह करा.

** डाळ प्रेशर कुकरऐवजी मायक्रोवेव्हमध्ये शिजवायची असल्यास अर्धा तास आधी भिजत घाला. नंतर पाणी घालून 'High' सेटिंगवर २० मिनिटे ठेवा. मधूनमधून ढवळून घ्या.*

■

गोळ्यांचे सांबार *(अंदाजे ४ जणांसाठी)*

साहित्य : गोळ्यांसाठी

१ कप चणाडाळ,
१ टीस्पून आले पेस्ट,
१ टीस्पून हिरवी मिरची पेस्ट,
१ टीस्पून चिरलेली कोथिंबीर,
चवीप्रमाणे मीठ,
१ टीस्पून जिरे,
तळण्यासाठी तेल.

सांबारासाठी

१ टीस्पून भाजलेली खसखस,
१ टीस्पून भाजलेले खोबरे,
अर्धा टीस्पून गरम मसाला,
१ टीस्पून जिरेपूड,
४-५ लसूण पाकळ्या,
अर्धा टीस्पून तिखट,
४-५ वाट्या पाणी,
३ टीस्पून बेसन,
चवीप्रमाणे मीठ,
१ टीस्पून घट्ट चिंचेचा कोळ,
५ कढीपत्ता पाने,
अर्धा टीस्पून हिंग,
अर्धा टीस्पून मोहरी,
अर्धा टीस्पून हळद,
अर्धा टीस्पून जिरे,
१ टीस्पून चिरलेला गूळ,
१ टीस्पून काळा मसाला,
१ टीस्पून तेल.

कृती

चणा डाळ ३ तास भिजत घाला. नंतर मिक्सरवर वाटून घ्या. त्यात आले, मिरची, जिरे, मीठ, कोथिंबीर घालून एकत्र करा. गॅसवर तेल गरम करून या पिठाचे छोटे वडे तळून घ्या. एका मोठ्या बाऊलमध्ये पाणी घ्या. त्यात चिंचेचा कोळ, तिखट, मीठ, काळा मसाला, जिरेपूड, खसखस, खोबरे, गूळ, गरम मसाला घाला. मायक्रोवेव्हमध्ये 'High' सेटिंगवर झाकण न ठेवता ५ मिनिटे ठेवा. त्यात बेसन घाला (३ टीस्पून बेसन अर्धी वाटी पाण्यात कालवून घ्या.). पुन्हा 'High' सेटिंगवर ३ मिनिटे ठेवा. दुसऱ्या बाऊलमध्ये तेल, लसूण, कढीपत्ता, हिंग, मोहरी, हळद, जिरे घ्या. बाऊलवर

झाकण ठेवा. 'High' सेटिंगवर २ मिनिटे ठेवा. ही फोडणी सांबारावर ओता. सर्व्ह करण्याआधी हे तळलेले गोळे (वडे) सांबारात घाला. 'High' सेटिंगवर २ मिनिटे ठेवा. सांबाराची चव वाढवण्यासाठी त्यावर खालील फोडणी घाला. गॅसवर तेल गरम करा. त्यात ४-५ लसणीच्या पाकळ्या घाला. पाकळ्या चांगल्या ब्राऊन झाल्या पाहिजेत व लसणाचा वास छान दरवळला पाहिजे.

टोमॅटोचे सार   (अंदाजे ४-५ जणांसाठी)

साहित्य

५०० ग्रॅम टोमॅटो (टोमॅटोच्या फोडी करा),
एका नारळाचे दूध,   ५-६ हिरव्या मिरच्या चिरलेल्या,
१ टीस्पून जिरे, २ टीस्पून तूप,   १ टीस्पून चिरलेली कोथिंबीर,
अर्धा टीस्पून हिंग,   चवीप्रमाणे मीठ, साखर,
५ कढीपत्ता पाने   १ टीस्पून आले वाटलेले,
१ टीस्पून लसूण पेस्ट.

कृती

एका मोठ्या बाऊलमध्ये फोडी बुडतील एवढे पाणी घालून, टोमॅटोच्या फोडी 'High' सेटिंगवर १० मिनिटे ठेवा. टोमॅटो शिजले, की पुरणयंत्रातून परत काढून घ्या. दुसऱ्या बाऊलमध्ये टोमॅटोचा रस, नारळाचे दूध, हिरवी मिरची, आले, लसूण, मीठ, साखर एकत्र करावी. 'High' सेटिंगवर ५ मिनिटे ठेवा. एका छोट्या बाऊलमध्ये तूप, हिंग, जिरे, कढीपत्ता घाला. झाकण ठेवून 'High' सेटिंगवर २ मिनिटे ठेवा. ही फोडणी 'सारा'वर ओतावी. कोथिंबीर घालून सर्व्ह करा.

* नारळाच्या दुधाऐवजी ३ वाट्या ताक घालून पण हे सार करता येते. ताक वापरल्यास ताकाला २ टीस्पून बेसन लावावे.

अननसाचे सार   (अंदाजे २ जणांसाठी)

साहित्य

१ वाटी नारळाचे दूध, १ वाटी ताक,   अर्धी वाटी अननसाचे तुकडे,
२ हिरव्या मिरच्या उभ्या चिरलेल्या,   १ टीस्पून वाटलेले आले,

१ टीस्पून बेसन, दीड टीस्पून मीठ, १ टीस्पून तूप,
अर्धा टीस्पून जिरे, अर्धा टीस्पून हिंग, अर्धा टीस्पून मोहरी.

कृती

एका बाऊलमध्ये तूप, हिंग, मोहरी, जिरे, मिरची घ्या. झाकण ठेवून 'High' सेटिंगवर २ मिनिटे ठेवा. त्यात बेसन घाला. परतून घ्या. झाकण न ठेवता 'High' सेटिंगवर २ मिनिटे ठेवा. एकदा ढवळून घ्या. नारळाचे दूध, ताक, मीठ, आले एकत्र करा व त्यावर तयार फोडणी घाला. एकत्र करून 'Medium' सेटिंगवर ५ मिनिटे ठेवा. त्यात अननसाचे तुकडे घाला. झाकण ठेवून 'Medium' वर ३ मिनिटे ठेवा. सर्व्ह करताना कोथिंबीर घाला.

आमसुलाचे सार   (अंदाजे ४ जणांसाठी)

साहित्य

१०-१५ आमसुले, अर्ध्या नारळाचे दूध, चवीप्रमाणे मीठ,
१ टीस्पून तिखट, २ टीस्पून साखर, १ टीस्पून जिरे, १ टीस्पून तूप,
दीड टीस्पून जिरेपूड, अर्धा टीस्पून हिंग, ५ कढीपत्ता पाने.

कृती

चार कप पाण्यात आमसुले घाला व 'High' सेटिंगवर ४ मिनिटे ठेवा. ही आमसुले पाण्यातच एक तासभर ठेवा. नंतर आमसुले पाण्यातून काढून टाका. नारळाचे दूध, मीठ, साखर, जिरेपूड, तिखट एकत्र करा. एका बाऊलमध्ये तूप, हिंग, जिरे, कढीपत्ता घ्या. झाकण ठेवा. 'High' सेटिंगवर २ मिनिटे ठेवा. ही फोडणी दुधात घाला. त्यात कोकमाचे पाणी घाला. चवीप्रमाणे मीठ, साखर कमी-जास्त करा.

* हे सार कोमटच सर्व्ह करा. पुन्हा गरम करू नये.

कैरीचे सार   (अंदाजे ४-६ जणांसाठी)

साहित्य

२ मोठ्या कैऱ्या, १ नारळाचे दूध,
२ टीस्पून कॉर्नफ्लोअर किंवा तांदळाचे पीठ,

२ टीस्पून साखर, ४-५ हिरव्या मिरच्या, ५ कढीपत्ता पाने,
१ टीस्पून मीठ, चवीप्रमाणे साखर,
१ टीस्पून तूप, अर्धा टीस्पून मोहरी,
अर्धा टीस्पून हिंग, ३ कप पाणी.

कृती

कैऱ्या पाण्यात घालून 'High' सेटिंगवर १५ मिनिटे ठेवा. या कैऱ्यांची आता बाठा, साले काढा. गर पाण्यात कालवून घ्या. नारळाचे दूध, मिरची, मीठ, साखर, तांदळाचे पीठ एकत्र करा. ते कैरीच्या कोळात घाला. चांगले ढवळून घ्या. 'High' सेटिंगवर ५ मिनिटे ठेवा. दुसऱ्या बाऊलमध्ये तूप, हिंग, मोहरी, कढीपत्ता घाला. झाकण ठेवून 'High' सेटिंगवर २ मिनिटे ठेवा. हे मिश्रण सारावर ओता. मीठ, साखर चवीप्रमाणे घाला.

■

मक्याची कढी (अंदाजे ४ जणांसाठी)

साहित्य

२ मक्याची कणसे (अंदाजे ४५० ग्रॅम वजनाची),
पाव कप खवलेला नारळ, १ टीस्पून चिरलेले आले,
अर्धा कप चिरलेली कोथिंबीर, १ टीस्पून ठेचलेला लसूण,
२ हिरव्या मिरच्या चिरलेल्या, २ टीस्पून जिरे,
अर्धा कप पाणी, १ टीस्पून तेल, १ टीस्पून मोहरी,
१२ कढीपत्ता पाने, १ टीस्पून मीठ, १/३ कप गरम दूध,
१ टीस्पून लिंबाचा रस.

कृती

नारळ, आले, कोथिंबीर, लसूण, मिरची, पाणी यांची चटणी वाटून घ्या. चटणी गुळगुळीत वाटा. मक्याची कणसं त्यांच्या पानांतच गुंडाळून ५ मिनिटे 'High'वर ठेवा. एकदा उलटून घ्या. नंतर गार झाल्यावर पाने काढून टाका. १ कणसाचे ६ तुकडे या रीतीने २ कणसे चिरून घ्या. म्हणजे आपल्याला १२ तुकडे मिळतील. एका चौकोनी डिशमध्ये हे कणसाचे तुकडे नीट लावा. त्यांवर तयार चटणी ओता. झाकण ठेवून 'High' सेटिंगवर ६ मिनिटे ठेवा. एकदा ढवळून घ्या. थंड होऊ द्या. दुसऱ्या बाऊलमध्ये तेल, मोहरी, कढीपत्ता घ्या. झाकण ठेवून ४ मिनिटे 'High' सेटिंगवर ठेवा. एकदा ढवळा.

ही फोडणी मक्याच्या करीवर ओता. चांगले ढवळून घ्या. पुन्हा नीट सारखे करून 'High' सेटिंगवर २ मिनिटे ठेवा. मीठ, लिंबूरस, दूध घाला. एकत्र करून घ्या. कोथिंबीर घालून सर्व्ह करा.

दही कढी   (अंदाजे ४ जणांसाठी)

साहित्य

एक ते दीड कप आंबट दही,   एक ते दीड कप गरम पाणी,
अर्धा टीस्पून हळद,   २ टीस्पून बेसन,
१ टीस्पून बेसन,   १ टीस्पून धणेपूड,
१ टीस्पून तेल,   अर्धा टीस्पून जिरे, ५ मेथी दाणे,
१० कढीपत्ता पाने,   १ टीस्पून बारीक चिरलेले आले,
१ टीस्पून बारीक चिरलेला लसूण,   २ हिरव्या मिरच्या चिरलेल्या
१ टीस्पून चिरलेली कोथिंबीर,   एक ते दीड टीस्पून मीठ,
१ टीस्पून लाल तिखट,   १ टीस्पून धणे.
अर्धा टीस्पून गरम मसाला.

कृती

एका मोठ्या बाऊलमध्ये दही, पाणी, हळद, बेसन चांगले कालवून घ्या. रवीने घुसळून घ्या. हे बाऊल 'Medium' सेटिंगवर २० मिनिटे ठेवा. मधूनमधून ढवळून घ्या. ओव्हनबाहेर काढून झाकण ठेवा. दुसऱ्या बाऊलमध्ये तेल, जिरे, आले, लसूण, कढीपत्ता, धणे, हिरवी मिरची, मेथी घाला. झाकण ठेवून 'High' सेटिंगवर ३ मिनिटे ठेवा. एकदा ढवळून घ्या. ही फोडणी तयार कढीवर ओता व एकत्र करून घ्या. झाकण न ठेवता कढी 'Medium' सेटिंगवर ४ मिनिटे ठेवा. गरम मसाला, कोथिंबीर घालून सर्व्ह करा.

* दही नेहमी शिजवताना ३०-५० पॉवर सेटिंग (*Defrost to Medium*) वर करा. जर 'High' सेटिंग १०० पॉवर वापरली, तर दही फाटते.

सिंधी कढी   (अंदाजे ४ जणांसाठी)

साहित्य : अ

१ टीस्पून तेल/तूप,   २ हिरव्या मिरच्या चिरलेल्या,

दीड टीस्पून जिरे, पाव टीस्पून मेथी दाणे.
आ
अर्धा कप बेसन, ३ कप पाणी.
अर्धा टीस्पून हळद.
इ
पाव कप साले काढून चिरलेली कैरी, पाऊण कप चिरलेले बटाटे,
अर्धा कप गाजराचे तुकडे, अर्धा कप वांग्याचे तुकडे.
अर्धा कप भेंडीचे तुकडे, २० कढीपत्ता पाने.
ई
अर्धा कप गरम पाणी, ३ कोकम, पाव कप चिरलेला गूळ,
२ टीस्पून मीठ, १ टीस्पून लाल तिखट, १ टीस्पून चिंचेचा कोळ.

कृती

एका बाऊलमध्ये तेल, मिरची, जिरे, मेथी घ्या. झाकण ठेवून 'High' सेटिंगवर ३ मिनिटे ठेवा. बेसन, पाणी, हळद रवीने घुसळून घ्या व तयार फोडणीवर घाला. चांगले ढवळून घ्या. झाकण न ठेवता १० मिनिटे 'High' सेटिंगवर ठेवा. मधूनच ढवळून घ्या. ही कढी पातळ जाळीच्या चाळणीतून गाळून घ्यावी व पुन्हा बाऊलमध्ये घालावी. आता त्यात बटाटे, कैरी, गाजर, भेंडी, वांगी, कढीपत्ता घाला. झाकण ठेवून 'Medium-High' वर ५ मिनिटे व 'High' सेटिंगवर १० मिनिटे ठेवा. मधूनमधून ढवळून घ्या. त्यात गरम पाणी, कोकम, गूळ, मीठ, तिखट, चिंचेचा कोळ घालून. ढवळून घ्या. झाकण ठेवून 'High' सेटिंगवर ५ मिनिटे ठेवा. सर्व्ह करताना चांगले ढवळून घ्या.

* येथे काही प्रकारचे पदार्थ पुन्हा पुन्हा वापरले गेले आहेत. गोंधळ टाळण्यासाठी पदार्थांचे गट केले आहेत.

मांसाहारी पदार्थ (नॉनव्हेज)

अंड्याचे स्ट्यू
एग मॅकरोनी
तंदुरी चिकन
बटर चिकन
मुर्ग मुसल्लम
चिकन निझामी
चिकन रशिदा
खिमा मटर
भूना गोश्त (मटण)
कोळंबीचे कालवण
भरलेला पापलेट
गार्लिक प्रॉन्स (शेजवान)

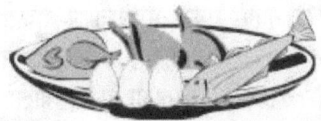

अंड्याचे स्ट्यू (अंदाजे ४ जणांसाठी)

साहित्य

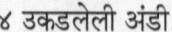

४ उकडलेली अंडी,	३ हिरव्या मिरच्या,
१ इंच उभे चिरलेले आले,	२ कप नारळाचे दूध,
१ मोठा कांदा उभा पातळ चिरलेला,	२ टीस्पून लोणी,
१ टीस्पून चिरलेली कोथिंबीर,	चवीप्रमाणे मीठ.

कृती

अंडी उकडून, सोलून, एका अंड्याचे दोन उभे तुकडे करून घ्या. असेच सर्व अंड्यांचे तुकडे करा. हिरवी मिरची उभी चिरून घ्या. एका भांड्यात लोणी, कांदा, मिरची, आले घाला व 'High' सेटिंगवर ३ मिनिटे ठेवा. मधूनच ढवळून घ्या. त्यात नारळाचे दूध, मीठ, कोथिंबीर घाला व 'Medium' सेटिंगवर ४ मिनिटे ठेवा. त्यामध्ये अंड्याचे तुकडे घालून. ढवळून घ्या. झाकण ठेवा. 'Medium' सेटिंगवर ३ मिनिटे ठेवा. गरम सर्व्ह करा. गरम साधा भात अथवा साधा डोसा याबरोबर हे स्ट्यू फारच छान लागते. याच्या पांढऱ्या रंगामुळे हे फारच छान दिसते.

* आवडत असल्यास, या स्ट्यूमध्ये एका उकडलेल्या बटाट्याच्या फोडीपण घालू शकतो.

एग मॅकरोनी (अंदाजे ४ जणांसाठी)

साहित्य

१७५ ग्रॅम कच्ची मॅकरोनी,	चवीप्रमाणे मीठ, मिरपूड,
४ उकडलेली अंडी,	५० ग्रॅम लोणी, २५ ग्रॅम तूप,
२ मध्यम कांदे बारीक चिरलेले,	३ टीस्पून मैदा,
पावणे दोन कप दूध, ४ टोमॅटो,	५० ग्रॅम चीझ (किसून घ्यावे).

कृती

मीठ घालून मॅकरोनी पाण्यात शिजवून घ्या. नंतर अर्धा तास निथळत ठेवा. शिजलेल्या मॅकरोनीवर थोडेसे लोणी वा तूप/तेल लावा, म्हणजे मॅकरोनी चिकटणार नाही. एका अंड्याचे २ तुकडे याप्रमाणे सर्व अंडी चिरून घ्या. टोमॅटोची साले काढून बारीक चिरून घ्या. एका भांड्यात लोणी घ्या. त्यामध्ये चिरलेला कांदा घाला.

'High' सेटिंगवर २ मिनिटे ठेवा. कांदा फक्त मऊ झाला पाहिजे. नंतर त्यात मैदा घाला व हळूहळू दूध घाला. मैद्याची गुठळी होऊ देऊ नये. 'Medium-High'वर ३ मिनिटे ठेवा. मधूनमधून ढवळणे फारच जरुरीचे आहे. नंतर त्यामध्ये शिजलेली मॅकरोनी, मीठ, मिरपूड घालून चांगले एकत्र करून घ्या. दुसऱ्या भांड्यात तूप घ्या. त्यामध्ये बारीक चिरलेले टोमॅटोचे तुकडे घाला. 'High' सेटिंगवर २ मिनिटे ठेवा. आता एका चौकोनी डिशमध्ये (भांड्यात) अर्धा मॅकरोनीचे मिश्रण घाला. त्यावर अंड्याचे तुकडे नीट लावून. पुन्हा त्यावर किसलेले चीझ घाला. 'High' सेटिंगवर ही डिश झाकण घालून ६ मिनिटे ठेवा.

* 'झाकणा'ऐवजी प्लॅस्टिक पेपर *(cling-film)*, पेपर नॅपकिनसुद्धा आपण वापरू शकतो.

■

तंदुरी चिकन   (अंदाजे ४ जणांसाठी)

साहित्य

४ चिकन ब्रेस्ट (अंदाजे वजन ९०० ग्रॅम ते १ किलो),
१ इंच आले,   १५ लसणाच्या पाकळ्या,
१ कप कांद्याच्या रिंग्ज,   १ कप दही, ३ लिंबांचा रस,
२ टीस्पून लाल तिखट,   १ टीस्पून वेलची पूड,
१ टीस्पून दालचिनी पूड,   १ टीस्पून धणेपूड,
१ टीस्पून जिरेपूड,   १ टीस्पून गरम मसाला,
१ टीस्पून तेल,   १ टीस्पून कसूरी मेथी,
१ टीस्पून लाल रंग,   चवीप्रमाणे मीठ,
एका लिंबाच्या गोल चकत्या,   ४-५ पुदिन्याची पाने,
१ टीस्पून चाट मसाला.

कृती

चिकन ब्रेस्ट स्वच्छ धुऊन, नंतर तिला धारदार सुरीने चिरा द्या. आले, लसूण बारीक वाटावे. आले-लसणाची गोळी, लिंबाचा रस, मीठ एकत्र करून चिकनला चांगले चोळून ठेवा. दही, तिखट, वेलची पूड, दालचिनी पूड, धणेपूड, जिरेपूड, गरम मसाला, तेल, कसूरी मेथी, लाल रंग, मीठ या वस्तू एकत्र करून रवीने चांगल्या घुसळून घ्या. हे मिश्रण चिकनला चांगले चोळा. चिरांमध्येही भरा व फ्रीजमध्ये

बारा तास मुरण्यासाठी ठेवा. आता एका चौकोनी मोठ्या डिशमध्ये हे चिकन ब्रेस्ट नीट एका थरात लावा व मायक्रोमध्ये 'High' सेटिंगवर ५ मिनिटे ठेवा. नंतर हे चिकन ब्रेस्ट उलटून घ्या व पुन्हा मायक्रोमध्ये 'High' सेटिंगवर ५ मिनिटे ठेवा. आता ॲल्युमिनियम फॉइलचा वापर करून हे चिकन ब्रेस्ट त्यात गुंडाळा. फॉइलची चकचकीत बाजू आतमध्ये येईल, याची खास काळजी घ्या. १०-१५ मिनिटे चिकन फॉइलमध्ये गुंडाळलेल्या स्थितीत ठेवा. आता convection oven २४०- सें. पर्यंत प्री-हीट करा. गुंडाळलेले चिकन फॉईलमधून बाहेर काढा. एका चिकन ब्रेस्टचे दोन तुकडे करा. असेच उरलेल्या ब्रेस्टचे पण तुकडे करून घ्या. चिकनच्या तुकड्यांना थोडे तेल लावा व convection oven २४० सें. वर ५ मिनिटे ठेवा. चिकनचे तुकडे उलटे करून पुन्हा convection oven मध्ये २४० सें.वर ५ मिनिटे ठेवा. चिकन गरम असतानाच त्याला चाट मसाला चोळा. सर्व्ह करताना कांद्याच्या रिंग्ज, लिंबाच्या गोल चकत्या यांनी चिकन डिश सजवा.

■

बटर चिकन *(अंदाजे ५-६ जणांसाठी)*

सर्वांची आवडती व खूप लोकप्रिय असलेली चिकन डिश तुम्हालाही आवडेल.

साहित्य

२५० ग्रॅम कांदे (तुकडे करून घ्या), २ टीस्पून काजू -तुकडे,
५०० ग्रॅम टोमॅटो (साले काढून बारीक चिरून घ्या),
२ तमालपत्राची पाने, २०० ग्रॅम लोणी,
५० ग्रॅम काजू पावडर (अंदाजे ३ टीस्पून शीग लावून),
४ टीस्पून कसूरी मेथी, १ टीस्पून लाल तिखट,
१ टीस्पून लाल रंग, १ टीस्पून गरम मसाला,
अर्धा टीस्पून साखर, १ टीस्पून वाटलेले आले,
१ टीस्पून वाटलेला लसूण, अर्धी वाटी दूध, १ टीस्पून मलई,
१ टीस्पून चिरलेली कोथिंबीर, चवीपुरते मीठ,
१ शिजलेल्या तंदुरी चिकनचे तुकडे (अंदाजे १ किलो तंदुरी चिकन)

कृती

एका बाऊलमध्ये ६ वाट्या पाणी घ्या. त्यात कांद्याचे, काजूचे तुकडे घाला. हे बाऊल मायक्रोमध्ये 'High' सेटिंगवर १० मिनिटे ठेवा. त्यानंतर आतील

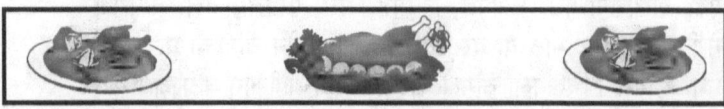

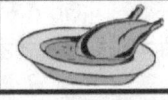  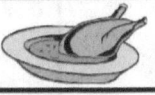

शिजलेले कांद्याचे व काजूचे तुकडे घेऊन त्याची पाट्यावर किंवा मिक्सरमध्ये पेस्ट वाटून घ्या. दुसऱ्या भांड्यात २ कप पाणी घ्या. त्यात चिरलेले टोमॅटो घ्या व मायक्रोमध्ये ५ मिनिटे 'High' सेटिंगवर ठेवा. त्यानंतर शिजलेल्या टोमॅटोचे तुकडे घेऊन मिक्सरमध्ये पेस्ट वाटून घ्या. एका मोठ्या डिशमध्ये लोणी घ्या. त्यात कांद्याची + काजूची पेस्ट घाला. तमालपत्र घाला. मायक्रोमध्ये 'High' सेटिंगवर ४ मिनिटे ठेवा. त्यात टोमॅटो पेस्ट, काजू पावडर, कसूरी मेथी, लाल तिखट, रंग, मीठ, साखर, गरम मसाला, वाटलेला लसूण, आले एकत्र करून चांगले ढवळून घ्या. नंतर 'High' सेटिंगवर झाकण ठेवून ५-६ मिनिटे ठेवा. मधून एक-दोनदा ढवळा. त्यात अर्धा कप दूध घाला 'Medium-High' सेटिंगवर १ मिनिट ठेवा. या ग्रेव्हीमध्ये तंदुरी चिकनचे तुकडे घाला. चांगले ढवळून घ्या. झाकण ठेवून 'Medium-High' सेटिंगवर ३ मिनिटे ठेवा. सर्व्ह करताना वरून मलई व कोथिंबीर घाला.

मुर्ग मसल्लम (अंदाजे ८ जणांसाठी)

पारंपरिक मुर्ग मसल्लम करताना सबंध कोंबडीचा उपयोग केला जातो. येथे कोंबडीचे तुकडे वापरून अतिशय सोपा; पण अतिशय स्वादिष्ट प्रकार देत आहे.

साहित्य

१ किलो चिकन, १ कप दही,
पाव कप कोथिंबीर,
१ टीस्पून मीठ,
१ टीस्पून गरम मसाला,
अर्धा टीस्पून हळद,
१ टीस्पून जिरेपूड,
अर्धा कप तेल,
२ काड्या दालचिनी.

३ टोमॅटो, ६ हिरव्या मिरच्या,
१ टीस्पून वाटलेला लसूण,
१ टीस्पून लाल तिखट,
१ टीस्पून काजू पूड,
अर्धा टीस्पून केशर, १ टीस्पून धणेपूड,
३ कांदे बारीक चिरलेले,
२ लवंगा, २ वेलची,

कृती

चिकन स्वच्छ धुऊन घ्या. त्याचे जरा मोठे तुकडे करा. टोमॅटोचेही मोठेच तुकडे करा (अंदाजे एका टोमॅटोचे चार तुकडे). हिरवी मिरची बारीक चिरून घ्या. कोथिंबीर बारीक चिरून घ्या. एका भांड्यामध्ये एक कप दही घेऊन त्यात टोमॅटोचे तुकडे, हिरवी मिरची, कोथिंबीर, लसूण तसेच मीठ, तिखट, गरम मसाला,

काजूपूड, हळद, केशर, धणेपूड, जिरेपूड हे सर्व जिन्नस घाला. ते सर्व एकत्र करून चांगले ढवळून घ्या. हे मिश्रण चिकनला चांगले चोळा व कमीतकमी ४ तास मुरण्यासाठी फ्रीजमध्ये ठेवा. एका मोठ्या भांड्यात तेल घ्या. त्यात लवंग, वेलची, दालचिनी घाला. झाकण ठेवा. 'High' सेटिंगवर तीन-चार मिनिटे ठेवा. त्यात चिरलेला कांदा घाला. चांगले ढवळून 'High' सेटिंगवर चार मिनिटे ठेवा. मधूनमधून ढवळून घ्या. कांदा गुलाबी रंगाचा झाला पाहिजे. जरूर वाटल्यास आणखी एक-दोन मिनिटे ठेवा. त्यात मुरलेले चिकन व दह्यात कालवलेला उरलेला मसाला घाला. चांगले ढवळून, झाकण ठेवून, 'High' सेटिंगवर १० मिनिटे ठेवा. मधूनमधून ढवळा. 'Medium-High' सेटिंगवर पुन्हा ५ मिनिटे ठेवा. या चिकनची ग्रेव्ही नेहमीपेक्षा थोडी दाट ठेवा.

* चिकन शिजताना या डिशमध्ये पाणी अजिबात घालू नये. चिकनमध्ये असणारी फॅट पातळ होऊन आपोआप रस सुटतो. अगदी जरूर वाटली, तरच अर्धा कप गरम पाणी घालावे.
* चिकन जर मसाल्यात मुरण्यासाठी चार तासांऐवजी दहा-बारा तास फ्रीजमध्ये ठेवली, तर ही डिश आणखीन चविष्ट होते.

■

चिकन निझामी   (अंदाजे ८ जणांसाठी)

साहित्य

१ किलो चिकनचे तुकडे,	अर्धा कप तेल,
२ मोठे कांदे बारीक चिरलेले,	१ कप दही, १ टीस्पून तिखट,
१ टीस्पून मिरपूड,	१ टीस्पून मीठ,
१ टीस्पून गरम मसाला,	१ टीस्पून धणेपूड,
१ टीस्पून जिरेपूड,	१ टीस्पून मेथी दाणे,
१ टीस्पून मोहरी,	अर्धा टीस्पून हळद,
अर्धा कप किसलेले सुके खोबरे,	१ टीस्पून कलोंजी,
१ टीस्पून वाटलेला लसूण,	१ टीस्पून वाटलेले आले,
३ हिरव्या मिरच्या.	

कृती

तिखट, मिरपूड, मीठ, गरम मसाला, धणेपूड, जिरेपूड, मेथी दाणे, मोहरी, हळद, नारळ, कलोंजी हे सर्व एकत्र करून मिक्सरमधून

त्याची पूड करून घ्या. एका मोठ्या भांड्यात तेल, आले, लसूण घ्या. 'High' सेटिंगवर १ मिनिटे ठेवा. त्यात बारीक चिरलेले कांदे घाला व पुन्हा 'High' सेटिंगवर ३ मिनिटे ठेवा. ढवळून घ्या. जरूर वाटल्यास अर्धा कप पाणी घाला. 'Medium-High' सेटिंगवर ८ मिनिटे ठेवा. या चिकनची ग्रेव्ही दाटसरच ठेवा.

** चिकनऐवजी : ७५० ग्रॅम प्रॉन्स किंवा १ किलो मटण किंवा ८०० ग्रॅम मिक्स भाज्या वापरून आपण वेगवेगळे 'निझामी'चे प्रकार करू शकतो. कुठलाही बदल करताना शिजण्यासाठी लागणाऱ्या वेळात पण बदल करावा. प्रॉन्स, भाज्या शिजायला तसा कमी वेळ लागतो, तर मटण शिजायला जास्त वेळ लागेल.*

■

चिकन रशिदा (Exotic chicken) *(अंदाजे ६ जणांसाठी)*

साहित्य

४ चिकन ब्रेस्ट (अंदाजे ९०० ग्रॅम ते १ किलो),
१ टीस्पून टेंडरोन (कच्च्या पपईची पावडर),
१ टीस्पून मीठ, १ टीस्पून लसणाची पेस्ट,
अर्धा कप तूप, १ तमालपत्राचे पान, २ जायपत्री,
१ काडी दालचिनी, २ कप दही,
५० ग्रॅम किसलेले चीझ, ६ हिरव्या मिरच्या,
१० पुदिन्याची पाने, १ टीस्पून शहाजिरे,
२ टीस्पून वाटलेला लसूण, १ टीस्पून आले,
५० ग्रॅम बदाम पावडर, १ टीस्पून पांढरी मिरेपूड,
दीड टीस्पून मीठ, २ कांदे, ४ टीस्पून लोणी.

सजावटीसाठी : २ टीस्पून पाण्यात कालवलेले अर्धा टीस्पून केशर.

कृती

चिकन ब्रेस्ट स्वच्छ धुऊन घ्या. त्याला १ टीस्पून मीठ, लसणाची पेस्ट, टेंडरोन प्रत्येकी लावून अर्धा तास मुरण्यास ठेवा. दही, चीझ, हिरव्या मिरच्या, पुदिना, शहाजिरे, लसूण, आले एकत्र करून मिक्सरमधून वाटून पेस्ट करा. कांदे उभे चिरा. अतिशय पातळ उभे काप करा. एका चौकोनी किंवा पसरट डिशमध्ये लोणी घ्या. त्यात चिकन ब्रेस्ट घाला. मायक्रोमध्ये 'High' सेटिंगवर चार मिनिटे ठेवा. मधूनच ब्रेस्टला उलटे करून घ्या. असे केल्याने चिकन दोन्हींकडून अर्धवट शिजेल. चिकन ब्रेस्ट रूम टेम्परेचरला गार होऊ द्या. नंतर त्याचे उभे काप करा.

थोडक्यात म्हणजे, चिकन ब्रेस्टच्या उभ्या पट्ट्या करा. अंदाजे १ सेंटिमीटर × २ इंचाच्या (1 cm × 2 inch) एका भांड्यात तूप घ्या. त्यात जायपत्री, तमालपत्र, दालचिनी घालून झाकण ठेवा. 'High' सेटिंगवर एक मिनिट ठेवा. त्यात वाटलेली पेस्ट, कांदे घालून एकत्र करा. 'High' सेटिंगवर तीन-चार मिनिटे ठेवा. मधूनच ढवळून घ्या. त्यात अर्धवट शिजलेले चिकनचे तुकडे घाला. 'High' सेटिंगवर दोन मिनिटे ठेवा. परतून घ्या. पुन्हा 'Medium-High'वर दोन मिनिटे ठेवा. त्यात पाऊण कप पाणी घालून झाकण ठेवा. 'Medium-High' सेटिंगवर आठ मिनिटे ठेवा. मधूनच ढवळून घ्या. सजावटीसाठी तयार केलेले केशर घालून झाकण ठेवून 'Medium' सेटिंगवर सहा मिनिटे ठेवा. गरम सर्व्ह करा.

खिमा मटर (अंदाजे ५ जणांसाठी)

साहित्य

अर्धा किलो मटणाचा खिमा, १ कप किसलेला कांदा, १ टीस्पून ठेचलेले आले, १ टीस्पून ठेचलेला लसूण, ३ टीस्पून तेल, ४ सुक्या लाल मिरच्या, २ वेलची, १ कप दही, ३ तमालपत्राची पाने, २ टीस्पून मीठ, ८ मिरे, ३ वेलची, ४ लवंगा, १ मसाल्याची वेलची, २ काड्या दालचिनी, १ टीस्पून हळद, ४०० मि.ली. गरम पाणी, अर्धा कप मटारचे दाणे.

कृती

खिमा स्वच्छ धुऊन १० मिनिटे निथळत ठेवा. मिरे, वेलची, लवंगा, मसाल्याची वेलची, दालचिनी हे सर्व वाटून पूड तयार करा. एका डिशमध्ये खिमा, किसलेला कांदा, आले, लसूण व तेल एकत्र करून घ्या. झाकण न ठेवता 'High' सेटिंगवर दहा मिनिटे ठेवा. दोन-चार वेळा मधूनच ढवळा. नंतर ओव्हनमधून बाहेर काढा. जर डिशमध्ये बरेच पाणी जमले असेल, तर ते सर्व पाणी फेकून द्या. या खिम्यात आता सुक्या लाल मिरच्या, वेलची, मीठ, हळद घाला. चांगले ढवळून घ्या. ओव्हनमध्ये 'High' सेटिंगवर ७ मिनिटे ठेवा. एक-दोनदा ढवळून घ्या. नंतर दही, वाटून तयार केलेली पूड, मटार घालून एकत्र करा. 'Medium' सेटिंग वर तीन मिनिटे ठेवा. नंतर त्यात ४०० मि.ली. गरम पाणी घाला व 'High' सेटिंगवर झाकण ठेवून दहा मिनिटे ठेवा. मधूनमधून ढवळा. 'Medium' सेटिंगवर झाकण

न ठेवता चार मिनिटे ठेवा. या वेळेपर्यंत खिमा सुका झाला असेल. या डिशला ग्रेव्ही हवी असल्यास अर्धा कप पाणी आपण घालू शकतो.

भूना गोश्त   *(अंदाजे ८-१० जणांसाठी)*

साहित्य

१ किलो बोनलेस मटण (मटणाचे छोटे तुकडे करून घ्या),
अर्धा कप तेल, ४ मोठे कांदे,   १ कप टोमॅटो प्यूरी, १ कप दही,
८ हिरव्या मिरच्या उभ्या चिरलेल्या, १ टीस्पून ठेचलेला लसूण,
१ टीस्पून ठेचलेले आले,   १ टीस्पून तिखट, १ टीस्पून मीठ,
१ टीस्पून जिरेपूड, १ टीस्पून धणेपूड, १ टीस्पून बडीशेपपूड,
१ टीस्पून गरम मसाला, ४ लवंगा, ४ मसाला वेलची, ४ दालचिनी काड्या, दीड कप पाणी.

कृती

कांदे अतिशय बारीक चिरून अथवा किसून घ्यावे. एका भांड्यात तेल घ्या. त्यामध्ये लवंग, दालचिनी, वेलची घाला. चिरलेला कांदा घाला. चांगले एकत्र करा व 'High' सेटिंगवर पाच मिनिटे ठेवा. मधूनमधून ढवळा. कांदा सोनेरी रंगाचा झाला पाहिजे. जरूर वाटल्यास आणखी एक-दोन मिनिटे ठेवा. यामध्ये आता मटण, लसूण, आले, हळद घाला. मटण ढवळून घ्या. 'High' सेटिंगवर हे भांडे तीन मिनिटे ठेवा. एकदा परतून घ्या. आता 'Medium-High' सेटिंगवर १० मिनिटे ठेवा. मधूनमधून परतून घेणे जरुरीचे आहे. यामध्ये तिखट, मीठ, जिरेपूड, धणेपूड, गरम मसाला, बडीशेपपूड घालून ढवळून घ्या. यात टोमॅटो प्यूरी, मिरची घाला व पुन्हा 'Medium-High' वर ५ मिनिटे ठेवा. मधूनच एक-दोनदा ढवळून घ्या. आता यामध्ये दीड कप पाणी घाला. 'Medium-High' सेटिंगवर झाकण ठेवून पाच मिनिटे ठेवा. यात दही घाला व एकत्र करून 'Medium-High'वर ५ मिनिटे ठेवा. झाकण ठेवा. मटण चांगले मऊ शिजले पाहिजे. जरूर वाटल्यास 'Medium-High' सेटिंगवर आणखी थोडा वेळ ठेवू शकतो.

* *बदल म्हणून मटणाऐवजी १ किलो बोनलेस चिकन किंवा १ किलो छोटे बटाटे वापरूनसुद्धा हा पदार्थ करता येतो.*

कोळंबीचे कालवण

साहित्य

२ वाट्या सोललेली कोळंबी, ५-६ लाल मिरच्या,
पाव टीस्पून धणेपूड, २ कांदे चिरलेले,
अर्धा टीस्पून हळद, ५ मिरी, १ नारळ,
३ टीस्पून तेल, ८ लसूण पाकळ्या,
२ हिरव्या मिरच्या, मीठ, अर्धा कप चिरलेली कोथिंबीर,
१-२ कोकम.

कृती

कोळंबी स्वच्छ धुऊन घ्या. कोळंबीमधला काळा धागा काढून टाका. ५ लसूण पाकळ्या, हिरवी मिरची, कोथिंबीर यांची मिक्सरमध्ये चटणी वाटून घ्या. ही चटणी, मीठ, हळद कोलंबीला चांगली चोळून दहा मिनिटे लावून ठेवा. नारळ खोवून घ्या. खोवलेले अर्धे खोबरे, निम्मा कांदा, मिरी वाटून घ्या. उरलेल्या खोब्र्याचा पातळ व जाड रस काढा. यालाच नारळाचे दूध असे म्हणतात. एका भांड्यात तेल, उरलेला कांदा, लाल मिरच्या घाला. झाकण ठेवून 'High' सेटिंगवर ५ मिनिटे ठेवा. यात कोळंबी घाला. जरा ढवळून घ्या व त्यात वाटलेला खोबरे-कांद्याचा मसाला लावा. 'High' सेटिंगवर २ मिनिटे ठेवा. मधून ढवळा. यात नारळाचे पातळ दूध घाला. 'Medium-High' सेटिंगवर झाकण न ठेवता ४ मिनिटे ठेवा. कोळंबी मऊ शिजू लागली की, त्यात नारळाचे जाड दूध घाला. 'Medium-High' सेटिंगवर २ मिनिटे ठेवा. कालवण शिजल्यानंतर त्यात एक-दोन कोकम, चवीप्रमाणे घाला. आपल्या आवडीप्रमाणे मीठ, तिखट घाला व गरमच सर्व्ह करा.

■

भरलेला पापलेट (अंदाजे २ जणांसाठी)

साहित्य

१ पापलेट (अंदाजे ५०० ग्रॅम), अर्धा नारळ खोवलेला,
८ हिरव्या मिरच्या, ८ लसूण पाकळ्या,
१ इंच आले, १ टीस्पून जिरे, पाव टीस्पून मिरपूड,
१ लिंबाचा रस, चवीप्रमाणे मीठ, अर्धा ते एक कप ब्रेडक्रम्स,

२ टीस्पून लोणी, अर्धा टीस्पून हळद

कृती

पापलेटचे पंख व शेपूट कापा. नंतर पोटाच्या बाजूने चीर देऊन आतील सर्व पोट साफ धुऊन घ्या. पोटामधली घाण टाकून द्या. पुन्हा पापलेट स्वच्छ धुऊन घ्या. त्याला हळद, मीठ चोळून ठेवा. पोटाच्या आतील भागाला लोणी लावा. नारळ, मिरच्या, लसूण, आले, जिरे, मिरपूड, लिंबूरस, मीठ या सर्व गोष्टींची चटणी वाटून घ्या. ही चटणी माशाच्या पोटात भरा. लाकडाच्या टूथपिकने अथवा दोऱ्याने चीर दिलेली जागा बंद करा. मासा ब्रेडक्रम्समध्ये घोळवून घ्या. एका मोठ्या डिशमध्ये पापलेट घ्या व ती डिश 'Medium-High' सेटिंगवर आठ-दहा मिनिटे ठेवा. झाकण ठेवून पाच मिनिटे ओव्हनबाहेर ठेवा. यामुळे आतील वाफेवर मासा आणखी छान शिजेल.

■

शेजवान गार्लिक प्रॉन्स *(अंदाजे ५ जणांसाठी)*

साहित्य

अर्धा किलो सोललेली कोळंबी, ६ टीस्पून तेल,
२ टीस्पून लसूण, २ टीस्पून कुकिंग सोयासॉस,
अडीच कप पाणी, अर्धा टीस्पून साखर,
अर्धा टीस्पून मीठ, पाऊण कप टोमॅटो केचप,
अर्धा टीस्पून अजिनोमोटो, १ टीस्पून कॉर्नफ्लोअर,
पाऊण कप टोमॅटो प्यूरी, २ टीस्पून तिखट.

भजी करण्यासाठी :

१ अंडे, २/३ टीस्पून कॉर्नफ्लोअर, चवीप्रमाणे मीठ, मिरपूड.

कृती

सोललेल्या कोळंबीला १ टीस्पून प्रत्येकी मीठ, लसूण, अजिनोमोटो लावून ठेवा. एका भांड्यात तेल घ्या. त्यात लसूण घालावा व झाकण ठेवून 'High' सेटिंगवर २ मिनिटे ठेवा. मधून एक-दोनदा ढवळा. त्यामध्ये लाल तिखट, केचप, प्यूरी घालून ढवळून घ्या. झाकण ठेवून 'High' सेटिंगवर ३ मिनिटे ठेवा. मधूनमधून ढवळून घ्या. त्यात पाणी, मीठ, साखर, अजिनोमोटो, सोयासॉस घालून चांगले एकत्र करून घ्या. झाकण ठेवून 'Medium-High' सेटिंगवर ३ मिनिटे ठेवा. १ टीस्पून कॉर्नफ्लोअर २ टीस्पून पाण्यात कालवा. हे

कालवलेले मिश्रण ग्रेव्हीमध्ये घाला व 'High' सेटिंगवर २ मिनिटे ठेवा. आता ही ग्रेव्ही ओव्हनमधून बाहेर काढून झाकून ठेवा. १ अंडे, कॉर्नफ्लोअर, मीठ, मिरपूड यांचे मिश्रण करून भज्यासाठी पीठ भिजवा. या पिठात कोळंबी घालून भजी करून घ्या. नंतर ही कोळंबी भजी ग्रेव्हीमध्ये घालून सर्व्ह करा.

* एका मोठ्या टोमॅटोची पाऊण कप टोमॅटो प्यूरी होते.
* बाजारात दोन प्रकारचे सोयासॉस मिळतात. 'टेबल-सोया-सॉस' व 'कुकिंग सोया सॉस.' स्वयंपाक करताना 'कुकिंग सोयासॉस' वापरावा व जेवताना वरून घालण्यासाठी 'टेबल सोयासॉस' वापरावा.

पेय

खालील गोष्टी मायक्रोवेव्ह ओव्हनमध्ये करण्याची एकदा का चटक लागली, की गॅसची आठवणसुद्धा होत नाही, किंबहुना कटकटच वाटते.

चहा
कॉफी
बनाना हनी ड्रिंक
मसालेदार चॉकोलेट
कॅपिचिनो
कैरीचे सरबत
फ्रूट पंच
हॉट हनी लेमन ड्रिंक
थंडाई

चहा *(अंदाजे २ जणांसाठी)*

साहित्य

१ कप पाणी, १ कप दूध, ३ चमचे साखर, २ चमचे चहापूड

कृती

एका किटली किंवा जगमध्ये सर्व एकत्र करा व ओव्हनमध्ये 'High' सेटिंगवर दोन-अडीच मिनिटे ठेवा. चमच्याने ढवळून घ्या. नंतर चहा गाळून घ्या.

**: आवडत असल्यास त्यात चिमटीभर वेलचीपूड किंवा ठेचलेले आले घालता येईल.*

■

कॉफी *(एकासाठी)*

साहित्य

पाऊण कप पाणी, १-२ टीस्पून इन्स्टंट कॉफी-पूड, चवीप्रमाणे साखर, दूध.

कृती

एका किटली किंवा ओव्हनप्रूफ मगमध्ये पाऊण कप पाणी घ्या. 'High' सेटिंगवर १ मिनिट ठेवा. त्यात साखर, कॉफीपूड घाला. ढवळून घ्या. आवडीप्रमाणे गरम दूध घाला.

■

बनाना हनी ड्रिंक *(अंदाजे ३-४ जणांसाठी)*

साहित्य

२ पिकलेली केळी स्मॅश केलेली, अर्धा कप दही,
अर्धा टीस्पून व्हॅनिला इसेन्स, २ टीस्पून मध,
१ कप दूध, अर्धा टीस्पून जायफळपूड.

कृती

केळी, दही, इसेन्स, मध एका बाऊलमध्ये एकत्र करा. त्यात हळूहळू दूध घालून मिक्स करा. हा बाऊल 'Medium-High' सेटिंगवर ४-५ मिनिटे ठेवा. मधूनमधून ढवळून घ्या. सर्व्ह करताना जायफळपूड घालून द्या.

■

मसालेदार चॉकोलेट
(अंदाजे २-४ जणांसाठी)

साहित्य

२ टीस्पून कॉफी, २ टीस्पून ड्रिंकिंग चॉकोलेट,
अर्धा टीस्पून जायफळपूड, २ टीस्पून साखर, २ कप दूध.

कृती

कॉफी, ड्रिंकिंग चॉकोलेट, जायफळपूड, साखर यांचे मिश्रण रवीने चांगले घुसळून घ्या. त्यात हळूहळू दूध घाला व पुन्हा एकदा घुसळून घ्यावे. हे सर्व एकत्र बाऊलमध्ये घ्या व 'Medium' सेटिंगवर सहा मिनिटे ठेवा. कपामध्ये ओता. वरून आवडत असल्यास मलई (क्रिम) घालून सर्व्ह करा.

■

कॅपिचिनो
(अंदाजे २ जणांसाठी)

साहित्य

१ कप पाणी, २ टीस्पून इन्स्टंट कॉफी, पाव कप दूध, २ टीस्पून क्रीम,
अर्धा टीस्पून दालचिनी पूड, साखर आवडीप्रमाणे.

कृती

एका बाऊलमध्ये पाणी घ्या व 'High' सेटिंगवर तीन मिनिटे ठेवा. पाण्याला चांगली उकळी आली पाहिजे. त्यात दूध, कॉफी, साखर घालून ढवळून घ्या. 'High' सेटिंगवर दोन मिनिटे ठेवा. चमच्याने बीट करा. फेस आणण्याचा प्रयत्न करा. दोन ग्लासेसमध्ये ओता. ओतताना थोड्या उंचावरून ओता म्हणजे फेस येईल. ह्या फेसावर क्रीम घाला व दालचिनीपूड घालून सर्व्ह करा.

■

कैरीचे सरबत

साहित्य

५०० ग्रॅम कैऱ्या, अर्धा टीस्पून वाळ्याचा इसेन्स,
थोडा हिरवा रंग, १ टीस्पून मीठ, साखर, ४ कप पाणी.

कृती

कैरीची साले काढून फोडी करा. एका बाऊलमध्ये पाण्यात फोडी घालून

'High' सेटिंगवर हे बाऊल ओव्हनमध्ये १० मिनिटे ठेवा. ढवळून 'Medium-High' सेटिंगवर ५ मिनिटे ठेवा. रूम टेंपरेचरला गार होऊ द्या. नंतर शिजलेल्या कैऱ्या पुरणयंत्रातून वाटून घ्या. हा गर मोजावा व गराच्या अडीच पट साखर घ्या. आता गर आणि साखर एकत्र करा व 'Medium-High' सेटिंगवर ५ मिनिटे ठेवा. जरा दाटसर झाले पाहिजे. त्यात रंग, इसेन्स घाला. सर्व्ह करताना ह्यातील थोडा गर, मीठ व थंडगार पाणी घालून सरबत सर्व्ह करा.

■

फ्रूट पंच *(अंदाजे २ बाटल्या सरबताच्या)*

साहित्य

१ मध्यम अननस, २ मोठी संत्री, २ मोठी मोसंबी,
२ लिंबं, साखर.

कृती

सर्व फळांचा रस काढून तो रस मोजावा. रसाच्या सव्वापट साखर घ्या. साखरेच्या निम्मे पाणी घ्या व साखरेत घालून एकत्र करा. 'High' सेटिंगवर हे पाणी + साखरेचे मिश्रण ८ मिनिटे ठेवा. एकतारी पाक करा. पाक थंड झाल्यावर त्यात रस घाला. मिक्स करा व बाटलीत भरून फ्रीजमध्ये ठेवा. दहा दिवस चांगला टिकतो.

■

हॉट हनी लेमन ड्रिंक *(अंदाजे २ जणांसाठी)*

साहित्य

१ टीस्पून हनी (मध) अर्ध्या लिंबाचा रस,
पाऊण कप पाणी.

कृती

सर्व वस्तू अर्धा लीटर जगमध्ये (बाऊल) घ्या. 'High' सेटिंगवर दोन-तीन मिनिटे ठेवा. चांगले ढवळून सर्व्ह करा.

* *थंडीच्या दिवसांत चहा, कॉफीचा कंटाळा आला, तर हे ड्रिंक करून बघा. त्याच्या चवीमुळे ते जरूर आवडेल.*

■

थंडाई

साहित्य

५० ग्रॅम चार मगज (काकडी, भोपळा, कलिंगड यांच्या बिया बाजारात विकत मिळतात), १२ वेलदोडे
१०-१५ काळे मिरे, ३ टीस्पून खसखस,
१ टीस्पून बडीशेप, अर्धी वाटी बदाम,
१ वाटी गुलाबाच्या पाकळ्या, १ वाटी साखर,
अर्धा टीस्पून केशर, पाव वाटी गुलाबपाणी,
१ लीटर पाणी.

कृती

चार मगज, वेलदोडे, बडीशेप, मिरे, गुलाबपाकळ्या, खसखस, बदाम हे सर्व चांगले वाटून घ्या. एका मोठ्या बाऊलमध्ये १ लीटर पाणी घ्या. त्यात वाटलेली गोळी घालून 'High' सेटिंगवर दहा मिनिटे ठेवा. नंतर गाळून घ्या. गाळलेल्या मिश्रणात साखर, गुलाबपाणी घालून ढवळून घ्या. गार होऊ द्या. त्यात केशर घाला. फ्रीजमध्ये बाटलीत भरून ठेवा. सर्व्ह करताना पाव ग्लास सरबत घ्या. त्यावर पाऊण ग्लास थंडगार दूध घाला. बर्फाचे १-२ तुकडे घालून ढवळून घ्या. शोभेसाठी एखादी गुलाबपाकळी घाला.

* हे सरबत फ्रीजमध्ये दोन दिवस टिकते.
* गुलाबपाकळ्या, मगज वाण्याच्या दुकानात विकत मिळतात.

गोड पदार्थ (डेझर्टस्)

काही नेहमीच्याच पारंपरिक, तर काही नवीन मिष्टान्नांचे प्रकार

बासुंदी
मोदक, करंज्यांसाठी सारण
पुरणपोळीसाठी सारण
गाजर हलवा
ब्रेड पुडिंग
ड्राय फ्रूट खीर
चॉकोलेट केक
स्पाँज पुडिंग
केळ्याचे पुडिंग
क्रिमी कॅरेमल
बटर स्कॉच कस्टर्ड आणि फळं
खजूर आणि आक्रोड फज्

बासुंदी

साहित्य
२ लीटर दूध, दीड वाटी साखर,   १ टीस्पून वेलची पूड, २५ ग्रॅम चारोळी,
१ टीस्पून बदाम काप,   १ टीस्पून काजू काप,
१ टीस्पून पिस्ते काप,   अर्धा टीस्पून केशर, अर्धा कप मलई.

कृती
प्रथम एका ३ लीटरच्या बाऊलमध्ये सर्व दूध घ्यावे. ओव्हनमध्ये 'High' सेटिंगवर हे भांडे आठ मिनिटे ठेवा. आता सपाट चौकोनी डिशमध्ये वरील दुधापैकी दोन कप दूध घ्या व हे दूध ओव्हनमध्ये 'Medium-High' सेटिंगवर तीन मिनिटे ठेवा. एकदा ढवळून पुन्हा 'Medium-High' सेटिंगवर चार मिनिटे ठेवा. त्यात पुन्हा आधीच्या दुधापैकी दोन कप दूध घाला व परत 'Medium-High' सेटिंगवर चार मिनिटे ठेवा. अशा प्रकारे एक लीटर दुधाचे अर्धा लीटर दूध होईपर्यंत आटवा. असे करत करत सर्व दोन लीटर दूध आटवून घ्या. दूध आटत असताना त्याला थोडा बदामी रंग येईल. या आटलेल्या दुधात साखर घालून ढवळा. मग यात वेलची पूड, चारोळी, केशर, बदाम, काजू, पिस्त्याचे काप व मलई घालावी.

* अंदाजाने एक लीटर बासुंदीसाठी पंचवीस-तीस मिनिटे वेळ लागतो. तुम्हांला घट्ट बासुंदी हवी असल्यास आणखीन जास्त वेळ ठेवावे.
* बासुंदी करताना झाकण अजिबात ठेवू नये.
* बासुंदी करताना मधूनमधून ढवळणे अगदी जरुरीचे आहे.

∎

मोदक किंवा करंज्यांसाठी सारण

साहित्य
१ मोठा नारळ (अंदाजे २ वाट्या नारळाचे खोवलेले खोबरे),
काजू, बेदाणा, बदाम यांचे बारीक काप (अंदाजे १ टीस्पून),
१ वाटी चिरलेला गूळ,   २ टीस्पून वेलची पूड,
१ टीस्पून केशर.

कृती
एका मोठ्या भांड्यात गूळ, खोबरे एकत्र करा व ओव्हनमध्ये 'High'

सेटिंगवर दोन मिनिटे ठेवा. चांगले ढवळून घ्या.

   यात केशर, वेलची पूड, काजू वगैरेंचे काप घालून ओव्हनमध्ये 'High' सेटिंगला ३ मिनिटे ठेवा. अधूनमधून ढवळून घ्या. गार होऊ द्या.

   * हे सारण फ्रीझर (डीप फ्रीझर) मध्ये १ महिना चांगले टिकते. वापरायच्या वेळेला डिफ्रॉस्ट करून वापरावे.

पुरणपोळीसाठी पुरण

साहित्य

२ कप चणा डाळ, २ कप गूळ,   ३ टीस्पून तूप,
पाव चमचा वेलची पूड,   पाव टीस्पून केशर,
पाव टीस्पून हळद,   अर्धा टीस्पून जायफळ पूड.

कृती

   गूळ चिरून घ्या. चणा डाळ स्वच्छ धुऊन, प्रेशर कुकरमध्ये शिजवून घ्या. शिजताना थोडे तेल व हळद घाला. डाळ शिजली की गार होऊ द्या. त्यात गूळ घाला. एकत्र करून घ्या. पुरणासाठी मोठे झाकण असलेले भांडे घ्या. डाळ आणि गूळ एका मोठ्या भांड्यात घ्या. झाकण न ठेवता ओव्हनमध्ये 'High' सेटिंगवर पाच मिनिटे ठेवा. त्यात तूप घालून पुन्हा 'High' सेटिंगवर पाच मिनिटे ठेवून शिजवा. आता झाकण ठेवून किंवा क्लिंग फिल्म वापरून पुन्हा 'High' सेटिंगवर सहा मिनिटे ठेवा. त्यात वेलची पूड, जायफळ पूड घालावी व झाकण ठेवून चार मिनिटे 'High' सेटिंगवर ठेवा. त्यात केशर व थोडे तूप घाला. पुरण चांगले एकजीव झाले पाहिजे. त्यात चवीसाठी चिमूटभर मीठ घाला. पुरण शिजल्यानंतर गार होऊ द्या. नंतर पुरणयंत्रात किंवा पाट्यावर पुरण वाटून घ्या.

   * मायक्रोवेव्ह ओव्हनमध्ये पुरण शिजवताना झाकणाचा वापर जरूर करा. नाहीतर ओव्हन आतून खराब होईल. शिजताना पुरण भांड्याबाहेर उडते.

   * मधूनमधून पुरण ढवळणे अगदी जरुरीचे आहे.

   * हे पुरण फ्रीझरमध्ये १ महिना चांगले टिकते.

गाजर हलवा   (अंदाजे ४ जणांसाठी)

साहित्य

२ कप किसलेली गाजरे,   पाऊण कप दूध,
४ टीस्पून खवा,   ६-७ टीस्पून साखर,
२ टीस्पून तूप,   अर्धा टीस्पून वेलची पूड,
२ टीस्पून मलई.

शोभेसाठी

चांदीचा वर्ख,   १ टीस्पून बदामाचे काप,
अर्धा टीस्पून पिस्त्याचे काप.

कृती

एका बाऊलमध्ये तूप व गाजर एकत्र करून घ्या. ओव्हनमध्ये 'High' सेटिंगवर दोन-तीन मिनिटे ठेवा. त्यात खवा, दूध, साखर घाला. पुन्हा ओव्हनमध्ये सात-आठ मिनिटे ठेवा. मधूनमधून ढवळून घ्या. त्यात वेलची पूड, मलई घाला व पुन्हा 'High' सेटिंगवर एक मिनिट ठेवा. गरम असतानाच बदाम, पिस्ते घाला. वरून वर्ख लावा. गरम किंवा गार आवडीप्रमाणे सर्व्ह करा.

* खवा जर एक टीस्पून तुपावर अगोदर परतून घेऊन मग हलव्यात घातल्यास स्वाद आणखीनच खुलून येतो.

ब्रेड पुडिंग 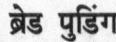   (अंदाजे २ जणांसाठी)

साहित्य

ब्रेडचे २ मोठे स्लाईस,   २ कप दूध, १० टीस्पून साखर,
५ थेंब व्हॅनिला इसेन्स,   ४ टीस्पून लोणी,
एक लिंबाची साले किसून घ्या.

कृती

एका डिशला लोणी लावा. त्यावर ब्रेडचे स्लाईस ठेवा. दुसऱ्या भांड्यात साखर, दूध, इसेन्स एकत्र करा. हे मिश्रण ब्रेडच्या डिशवर घाला. ओव्हनमध्ये 'High' सेटिंगवर ५ मिनिटे ठेवा.
वरून किसलेली लिंबाची साले घाला.

ड्राय फ्रूट खीर

(अंदाजे ४-५ जणांसाठी)

साहित्य

दीड लीटर दूध, अर्धा टीस्पून केशर,
१२५ ग्रॅम ड्रायफ्रूट (बारीक चिरून घेणे) ७५ ग्रॅम साखर,
५० ग्रॅम कंडेन्स्ड मिल्क, ६० ग्रॅम तांदूळ,
१ कप पाणी.

कृती

तांदूळ मिक्सरमधून अर्धवट वाटून घ्या. हे तांदूळ अर्धा तास एक कप पाण्यात भिजत घाला. ओव्हनमध्ये 'Medium' सेटिंगवर एका भांड्यात दूध सहा मिनिटे ठेवा. या दुधात तांदूळ घाला व पुन्हा 'High' सेटिंगवर दहा मिनिटे ओव्हनमध्ये ठेवा. मधूनमधून ढवळून घेणे जरुरीचे आहे. त्यात चिरलेले ड्रायफ्रूट घाला. पुन्हा 'High' सेटिंगवर चार मिनिटे ठेवा. त्यात आता साखर, केशर, कंडेन्स्ड मिल्क घाला व 'High' सेटिंगवर तीन मिनिटे ठेवा. गार किंवा गरम आवडीप्रमाणे सर्व्ह करा. सर्व्ह करताना वरून ड्रायफ्रूट घाला.

■

चॉकोलेट केक

(अंदाजे ४-५ जणांसाठी)

साहित्य

१२५ ग्रॅम लोणी, ३७५ ग्रॅम साखर, ३० ग्रॅम कोको पावडर,
१ कप पाणी, ५ ग्रॅम खायचा सोडा, भांड्याला लावायला लोणी,
१ टीस्पून व्हॅनिला इसेन्स, २ मोठी अंडी (फेटून घ्यावी.)
३७५ ग्रॅम सेल्फ रेझिंग फ्लोअर (मैदा घातल्यास त्यात दीड टीस्पून बेकिंग पावडर घालावी.)

कृती

एका मोठ्या पातेल्यात लोणी, साखर, कोको, सोडा व पाणी एकत्र करा व ओव्हनमध्ये 'High' सेटिंगवर पाच मिनिटे ठेवा. हे मिश्रण थंड होऊ द्या. त्यात सेल्फ रेझिंग फ्लोअर, इसेन्स, फेटलेली अंडी घाला. चांगले मिक्स करून घ्या. थोडेसे इलेक्ट्रिक बीटरचा वापर करू शकतो. फेसून घ्या. ज्या भांड्यात बेक करायचे आहे, त्याला खाली तळाला बेकिंग पेपर लावा. लोणी लावा. या भांड्यात मिश्रण ओता. दोन-तीन पेपर नॅपकिनने हे भांडे

झाका. ओव्हनमध्ये 'High' सेटिंगवर सहा मिनिटे शिजवून घ्या.

गार होऊ द्या. गार झाल्यावर भांडे उलटे पाडून केक बाहेर काढा.

■

स्पाँज पुडिंग

(अंदाजे ३ जणांसाठी)

साहित्य

१२५ ग्रॅम लोणी, १२५ ग्रॅम साखर, २ अंडी (फेटून घ्या),
१ टीस्पून व्हॅनिला इसेन्स, दीड कप सेल्फ रेझिंग फ्लोअर,
१ टीस्पून बेकिंग पावडर, ४-५ टीस्पून दूध, लोणी.

कृती

लोणी व साखर एकत्र करून चांगले फेटून घ्या. छान, मऊ, गुळगुळीत मिश्रण तयार झाले पाहिजे. त्यात हळूहळू फेटलेले अंडे घाला, इसेन्स घाला. पुन्हा सर्व मिश्रण फेटून घ्या. त्यात फ्लोअर व बेकिंग पावडर घाला. एकत्र करा. थोडे थोडे दूध वापरून मिश्रण एकत्र करा. एका डिशला लोण्याचा हात फिरवून त्यात हे मिश्रण ओता. बेकिंग पेपर किंवा क्लिंग फ्लिमचा (cling film) उपयोग करून डिशवर झाकण घाला. ओव्हनमध्ये 'High' सेटिंगवर सहा मिनिटे ठेवा. हे पुडिंग चांगले फुगून शिजले पाहिजे. जरूर वाटल्यास आणखीन थोडा वेळा ठेवा. दोन-तीन मिनिटे रूम टेंपरेचरला डिश ठेवा. सुरीने पुडिंगच्या कडा थोड्या मोकळ्या करून पुडिंग उलटून काढा.

** फ्रूट सॉस अथवा कॅरेमल सॉसबरोबर हे पुडिंग सर्व्ह करा.*

■

केळ्याचे पुडिंग

(अंदाजे ४ जणांसाठी)

साहित्य

९० ग्रॅम लोणी, पाऊण कप ब्राऊन शुगर, १ मोठे अंडे,
२ पिकलेली केळी (केळी कुस्करून घ्या),
पाऊण कप किसलेले गाजर, दीड कप मैदा,
१ टीस्पून बेकिंग पावडर, पाव कप दूध.

कृती

लोणी आणि साखर एकत्र करून चांगले फेसून घ्या. त्यात अंडे घाला. पुन्हा

चांगले फेसून घ्या. त्यात गाजर, केळे घाला. एकत्र करा. दूध, मैदा, बेकिंग पावडर घाला. सर्व चांगले एकत्र करून घ्या. सर्व एकजीव झाले पाहिजे. २० सेंटिमीटर × १० सेंटिमीटरच्या डिशला सर्व बाजूंनी आतून तूप लावा. त्यात हे मिश्रण घाला व ओव्हनमध्ये 'Medium' सेटिंगवर अठरा-वीस मिनिटे ठेवा. झाकण ठेवून थंड होऊ द्या. गार झाल्यावर भांडे उलटून पुडिंग बाहेर काढा.

* मैदा आणि बेकिंग पावडरऐवजी सेल्फ रेझिंग फ्लोअर वापरले तरी चालेल.

क्रिमी कॅरेमल   (अंदाजे २ जणांसाठी)

साहित्य
२ कप दूध, २ अंडी,   ३ टीस्पून साखर,
२ टीस्पून कस्टर्ड पावडर,   १ टीस्पून जायफळ पूड
कॅरेमलसाठी
१ टीस्पून साखर,   दीड टीस्पून पाणी.

कृती
एका बाऊलमध्ये १ टीस्पून साखर आणि दीड टीस्पून पाणी एकत्र करा. ओव्हनमध्ये 'Medium-High' सेटिंगवर ३ मिनिटे ठेवा. हळूहळू काळपट पाक तयार होईल. दुसऱ्या बाऊलमध्ये दूध, साखर, कस्टर्ड पावडर एकत्र करून घ्या. ओव्हनमध्ये 'High' सेटिंगवर दहा मिनिटे ठेवा. मधूनमधून ढवळून घ्या. गार होऊ द्या. गार झाल्यावर त्यात अंडी, जायफळ पूड घालून एकत्र करा. चांगले ढवळून घ्या. हे मिश्रण तयार केलेल्या पाकावर ओता. ओव्हनमध्ये 'Medium-High' सेटिंगवर दहा मिनिटे ठेवा. गरम किंवा गार आवडीप्रमाणे सर्व्ह करा.

बटर स्कॉच कस्टर्ड आणि फळं   (अंदाजे ६ जणांसाठी)

साहित्य
४०० ग्रॅम सफरचंद (साले काढा, बिया काढा व तुकडे करा),
अर्धा कप सुकलेले जर्दाळू,   अर्धा टीस्पून दालचिनी पूड,
अर्धा कप ब्राऊन शुगर,   २ टीस्पून कस्टर्ड पावडर,
१ कप दूध, २ टीस्पून लोणी,   १ अंडे (अंडे हलकेसे फेटून घ्या),

२ टीस्पून बदाम (साले काढून लांब-लांब काप करा).

कृती

छोट्या ओव्हनप्रूफ बाऊलमध्ये फळे आणि दालचिनी पूड घालून तयार ठेवा. एका बाऊलमध्ये दूध, साखर व कस्टर्ड पावडर एकत्र करा. ओव्हनमध्ये 'High' सेटिंगवर तीन मिनिटे ठेवा. मधूनमधून ढवळून घ्या. त्यात फेटलेले अंडे, लोणी घालून चांगले एकत्र करून घ्या. हे कस्टर्ड तयार केलेल्या फळांवर घाला. वरून बदामाचे काप घाला. हे बाऊल ओव्हनमध्ये ठेवून 'High' सेटिंगवर चार-पाच मिनिटे ठेवा.

* आवडत असल्यास बटर स्कॉच इसेन्सपण वापरता येतो.

खजूर आणि अक्रोड फज (अंदाजे २४ तुकडे होतात)

साहित्य

२५० ग्रॅम चवीला गोड असलेली बिस्किटे,
५० ग्रॅम अक्रोड तुकडे,   १०० ग्रॅम खजूर,
२ टीस्पून कोको पावडर,   २ टीस्पून कॉफी पावडर,
१७५ ग्रॅम चॉकोलेट,   ४०० ग्रॅम कंडेन्स्ड मिल्क,
१ टीस्पून व्हॅनिला इसेन्स.

कृती

एका मोठ्या चौकोनी डिशला सर्व बाजूंनी तूप लावा. बिस्किटांचा चुरा करा. खजूर बारीक चिरून घ्या. चॉकोलेट किसून घ्या. एका भांड्यात कोको, कॉफी, चॉकोलेट, इसेन्स, कंडेन्स्ड मिल्क एकत्र करा. ओव्हनमध्ये 'High' सेटिंगवर दोन-तीन मिनिटे ठेवा. त्यात बिस्किटांचा चुरा, अक्रोड, खजूर घालून. चांगले एकत्र करून घ्या. हे मिश्रण तूप लावलेल्या डिशमध्ये घाला. जरा दाबून दाबून घ्या. गार होऊ द्या. जरूर वाटल्यास एक तास फ्रीजमध्ये ठेवा.

नंतर चौकोनी तुकडे करून सर्व्ह करा.

www.ingramcontent.com/pod-product-compliance
Lightning Source LLC
LaVergne TN
LVHW031613060526
838201LV00065B/4829
* 9 7 8 8 1 7 7 6 6 2 5 8 0 *